AF347725

வாங்க பேசலாம்

(பதின்பருவம் புரியாத புதிரா..?)

வாங்க பேசலாம்

(பதின்பருவம் புரியாத புதிரா..?)

பூங்கொடி பாலமுருகன்

Vanga Pesalam (in Tamil)
Poonkodi Balamurugan
First Published: September 2024
BHARATHI PUTHAKALAYAM
imprint of Bharathi Puthakalayam
7, Elango Salai, Teynampet, Chennai - 600 018.
Email: bharathiputhakalayam@gmail.com | www.thamizhbooks.com

வாங்க பேசலாம்

பூங்கொடி பாலமுருகன்

முதல் பதிப்பு: செப்டம்பர், 2024
வெளியீடு:

இளங்கோ சாலை, தேனாம்பேட்டை, சென்னை – 600 018
தொலைபேசி : 04424332924

விற்பனை நிலையங்கள்

ஈரோடு: 39, ஸ்டேட் பாங்க் சாலை - 9245448353

கரூர்: நாரத கானசபா அருகில் (TNGEA OFFICE)- 9442706676

காரைக்குடி : 12, 2 வது தெரு, கம்பன் மணிமண்டபம் பின்புறம் - 9443406150

கும்பகோணம்: 352, ரயில் நிலையம் எதிரில் - 9443995061

கோவை: சிங்காநல்லூர் பேருந்து நிலையம் - 641 005 - 8903707294

சிதம்பரம்: 22A / 18B தேரடி கடைத் தெரு, கீழவீதி அருகில் - 9994399347

செங்கல்பட்டு: 1 D ஜி.எஸ்.டி சாலை - 044 27426964

சேலம்: 15, வித்யாலயா சாலை, ராமகிருஷ்ணா பார்க் அவென்யூ - 636 007- 8610050311

தஞ்சாவூர்: கடை எண்.8, முன்னாள் இராணுவத்தினர் மாளிகை, H.P.O. எதிரில் - 613 001 - 9442781491

திண்டுக்கல்: பேருந்து நிலையம் - 9942331105, 9976053719

திருச்சி: வெண்மணி இல்லம், கரூர் புறவழிச்சாலை - 9994289492

திருநெல்வேலி: நவஜீவன் டிரஸ்ட் வளாகம், 48-B/10, அம்பை ரோடு, வீரமாணிக்கபுரம் - 9442149981

திருப்பூர்: 447, அவினாசி சாலை - 9486105018

திருவண்ணாமலை: முத்தம்மாள் நகர்

திருவல்லிக்கேணி: 48, தேரடி தெரு - 9444428358

திருவாரூர்: 35, நேதாஜி சாலை - 9442540543

நாகர்கோவில்: 699, கே.பி.ரோடு R.V.புரம் - 9443450111

நெய்வேலி: பேருந்து நிலையம் அருகில், - 9443659147

பழனி: பேருந்து நிலையம் - 7010760693

பாண்டிச்சேரி : கிழக்கு கடற்கரைச் சாலை, இலாசுப்பேட்டை, 9486102777

பெரம்பூர்: 52, கூக்ஸ் ரோடு - 9444373716

மதுரை: மேல பெருமாள் மேஸ்திரி வீதி - 625 001 - 9443449225 & சர்வோதயா மெயின்ரோடு

வடபழனி: பேருந்து நிலையம் எதிரில் அடையார் ஆனந்தபவன் மாடியில் - 9444476967

விருதுநகர்: 131, கச்சேரி சாலை - 0456 2245300

வேலூர்: பேஸ் III, சத்துவாச்சாரி - 9442553893

நினைத்த நூல்கள்... நினைத்த நேரத்தில்...   8778073949

ரூ.70/-

அச்சு : பிரிண்டெக், சென்னை - 600 005.  BharathiTV | www.bookday.in

சமர்ப்பணம்

தந்தையாய், நண்பனாய், சகோதரனாய்
பயணிக்கும், அன்பு அண்ணன் சக்திவேலுக்கு.

வாழ்த்துரை

வாங்க பேசலாமென அழைப்பு விடுத்து கலாச்சார மௌனத்தை உடைத்து, இறுக்கி அணைத்து ஒரு முத்தோடு நகர்ந்து அந்த மூன்று நாட்களைப் புரிய வைத்து, வயிறு வலிக்கின்ற நாட்களை அழகாகச் சொல்லி மாதவிடாய் நேரச் சுகாதாரத்தைப் பேண வைத்து, யாரேனும் இந்த மௌனத்தைத் தகர்ந்திருந்தால், மாற்றங்கள் நிகழ்ந்திருக்குமே என்ற எண்ணத்தை விதைத்து, சில உணர்வுகள் அழகாய் பூப்பதையும் இதமாய் தாக்குவதையும் விளக்கி, விரயமாகும் காலங்களைக் கண்முன் நிறுத்தி, நன்றியறிதல் நயமோடு சொல்லி, கற்கக் கசறட கற்க வேண்டியவற்றை கற்க வேண்டிய கடமை, கற்றுத்தர வேண்டிய பொறுப்பையும் ஒருசேரச் சொல்லி நின்றது இந்நூல். இந்நூலுக்கு அணிந்துரை வழங்குவதில் பெருமைக் கொள்கிறேன்.

சமுதாயத்தை மாற்றவேண்டிய பொறுப்புகளை யாரோ ஒருவர் தலையில் சுமத்துவதை விட, சுமப்பதுவும், சுமக்க வைப்பதும் சுகமென உணர்த்தி நிற்கிறது இந்நூல்.

இந்நூலை படைத்த எனதன்பு தங்கை, தோழமை என்று பல உறவுகளில் என்னோடு கைகோர்க்கும் பூங்கொடி பாலமுருகனை உளமாறவாழ்த்தி மகிழ்கின்றேன். மேலும் பல நூல்களை இச்சமூகத்திற்கு தரவேண்டுமென வாழ்த்துகிறேன்.

நூல் பயணத்தில் எனது அனுபவங்களை உங்களோடு பகிர்கின்றேன்.

'வாங்க பேசலாம்' பொதுவாக பேசுவதென்பது நமக்குப் பிடித்த செய்தி. அதிலும் ஒருவர் தானாக வந்து வாங்க பேசலாமென அழைத்தால் மகிழ்வை சொல்லவா வேண்டும்?

இரட்டிப்பு மகிழ்வோடு வாங்க பேசலாம் அழைப்பை ஏற்று, உள் நுழைந்தேன்.

முதல் பேச்சில் பேச முடியவில்லை. செவிகளை மட்டும் இரவல் கொடுத்து விட்டு நின்றேன்.செவிகள் மகிழ்ந்தன. கலாச்சார மௌனம் உடைக்க எடுத்துக் கொண்ட சொல்உளி, தன் பணியைச்

செவ்வனே செதுக்கி, அழகாக தன்வேலையை செய்து முடித்து நூலாக உருப்பெற்று இருக்கிறது.

இன்றையப் பெற்றோர்கள் பிள்ளைகளிடம் மனம் விட்டு பேசுகிறார்களா? என்பதே வினாக்குறியாக வளைந்து நிற்கிறது.

வினாக்குறியை வியப்புக்குறியாக மாற்றிட எடுத்திட்ட முயற்சியாக இந்நூலைப் பார்க்கிறேன்.

உறுப்பு மாற்றத்தை வைத்து அவனது பருவத்தை முடிவு செய்யும் நாம், உடலில் மட்டுமல்ல மனதிலும் மாற்றங்கள் வந்தே தீருமென்பதை ஏனோ மறந்துவிட்டோம்.

அவர்களுக்குச் சொல்லித்தர மறந்துவிட்டோம் என்பதைவிட, மறைத்து விட்டோமென்பதை உணர்த்தியது.

பெண் பிள்ளையைப் பெற்ற அப்பாக்களுக்கு மட்டுமே தெரியும் முத்தம் காமத்தைச் சார்ந்தன்று ★அரவணைப்பின் அடையாளம்★ என்பதை அழகாகச் சொல்லி நின்றது.

பிள்ளைகள் மீது குறை சொல்வதை விடுத்து அதை சரிசெய்ய வழியென்ன? அன்போடு பேசி புரிதலோடு பழகி உடலால் மட்டுமல்ல, உள்ளத்தோடும் உள்ள சிக்கல்களை உணர்ந்து, பாலின மாற்றங்களை ஈர்ப்புகளைச் சொல்லி தர வேண்டிய கடமைகளை உணர வைக்கும் அழகான நூல். வாங்க பேசலாம் நூல் பயணத்தில் மகிழ்ந்திருந்தேன். பல மகிழ்வுகளையும் மாற்றங்களையும் புரிதல்களையும் இதமாக சொல்லி தருகிறது.

பல படைப்புகளை, புதிய சிந்தனையோடு புதிய பார்வையோடு படைக்க வாழ்த்துகிறேன்

என்றும் நட்புடன்,

திருக்குறள் தூதர்
முனைவர் பேராசிரியர் **த.அருள்சோதி**
பொள்ளாச்சி கலை அறிவியல் கல்லூரி, பூசாரிப்பட்டி
9788325327

என்னுரை

ஒரு பொறியாளரைக் கதைசொல்லியாக, குழந்தைகள் சார்ந்து சிந்திக்கக் கூடிய நபராக என்னை மாற்றியது என் மாணவர்களுடன் நடத்திய உரையாடல்களும், என் பிள்ளைகளுடன் நடத்திய உரையாடல்களும்தான்.

வீடோ, பள்ளியோ, அலுவலகமோ எல்லா இடங்களிலும் உரையாடல் என்பது அத்துணை முக்கியத்துவம் வாய்ந்தது.

நாட்டின் எதிர்காலத்தைத் தீர்மானிக்கப் போகின்ற நம் பிள்ளைகளுடன் நாம் பேசுகிறோம். ஆனால் மனம் திறந்து உரையாடுகிறோமா?

இன்றையத் தலைமுறை மிகவும் சீரழிந்து கொண்டிருக்கிறது என்ற குரல்கள் எல்லா இடத்திலும் பரவலாக ஒலித்துக் கொண்டிருக்கிறது.

ஆனால் இந்தத் தலைமுறை வீடு, பள்ளி, சமூகம் இம்மூன்றும்தரும் அனுபவங்களின் வாயிலாகத்தானே கட்டமைக்கப்பட்டிருக்கிறது.

அப்படியானால் குழந்தைகளை நோக்கி ஒரு விரலை நீட்டும் பொழுது, மூன்று விரல்கள் நம்மைச் சுட்டுவதை நாம் உணர வேண்டியதன் அவசியத்தை தான் இந்த நூலின் வாயிலாக பெற்றோர்களாகிய, ஆசிரியர்களாகிய நாம் பேசப்போகிறோம்.

மௌனங்கள் உடைபடட்டும் என்றத் தலைப்பில், ஈரோடு வாசல் மின்னிதழில் எழுதிய தொடர்தான் வாங்க பேசலாம் என்ற இந்த நூல்.

தொடராக என்னை எழுதத் தூண்டிய மலர் செல்வம் அக்கா, அன்புமணி அக்கா, மற்றும் ஈரோடு வாசல் மின்னிதழுக்கு என் பேரன்பும் நன்றிகளும்.

தொடரை நூலாக்கும் முயற்சியில், பிழைகளைத் திருத்த உதவியதோடு மட்டுமல்லாமல் மேம்படுத்தவும் கருத்துகளை நல்கிய எழுத்தாளர், ஆசிரியர் வே.சங்கர் அவர்களுக்கும் குழந்தைகளைச் சார்ந்த என் பார்வையை விசாலப்படுத்திய,

ஆசிரியர், எழுத்தாளர், கலகல வகுப்பறை சிவா அவர்களுக்கும் என் பேரன்பும் நன்றியும்.

பாரதி புத்தகாலயம் நாகராஜன் தோழர், நூல் வடிவமைப்பு கோமதி தோழர், அட்டை வடிவமைப்பு காளத்தி தோழர் மற்றும் புத்தகத்திற்கு தேவையான படங்களைத் தந்து உதவிய AI தொழில்நுட்பத்திற்கும் பேரன்பும் நன்றியும்.

இந்த நூலுக்கு அழகான வாழ்த்துரை எழுதி நூலை அழகுப்படுத்திய

முனைவர். பேராசிரியர் த.அருள்சோதி அவர்களுக்கு என் பேரன்பும் நன்றியும்.

என்னுடன் பயணிக்கும் அன்பு தோழி சரிதா, அன்பு சகோதரன் A.K மணிகண்டன் மற்றும் என் அன்புத் தோழமைகளுக்கும், என் குடும்பத்தினருக்கும் என்னுடைய பேரன்பும் நன்றியும்.

நூலை வாசித்து உங்கள் மேலான கருத்துக்களைத் தர வேண்டுகிறேன்.

வாங்க பேசலாம் தோழமைகளே.

பூங்கொடி பாலமுருகன்
கதைசொல்லி, சிறார் எழுத்தாளர்

உள்ளடக்கம்

1. கலாச்சார மௌனம்   11

2. இறுக்கி அணைத்து ஒரு உம்மா தருவோம்   17

3. அந்த மூன்று நாட்கள்   24

4. யாரேனும் இந்த மௌனத்தைத் தகர்த்து இருந்தால்?   33

5. அழகாய் பூக்குதே.. சுகமாய் தாக்குதே..   41

6. விரயமாகும் காலங்கள்   47

7. நன்றியறிதல் சொல்லிக் கொடுப்போம்   54

8. கற்க கசடற   59

1

கலாச்சார மௌனம்

"கமலா... நான் ஆபிஸ் கிளம்பணும்.. நேரமாச்சு. உன் பையன் பாத்ரூமுக்குள்ள போனவன் இன்னும் வெளிய வரல. ஒரு மணி நேரமா உள்ள அப்படி என்னதான் பண்றான்?"

"டேய்... கேட்ட கேள்விக்கு நின்னு பதில் சொல்லிட்டு போடா... என்னடா முறைக்கிற? எல்லாம் நீ புள்ள வளத்தி வச்சிருக்கிற லட்சணம்"

"ஏண்டி..ஒரு மணி நேரமா கண்ணாடி முன்னாடியே நிக்கறியே.. இந்தக் கண்ணாடிக்கு வாய் இருந்தா கதறிரும்".

"சின்ன புள்ளயா இருக்கும் போது நல்லா கலகலன்னுதான் பேசிட்டு இருந்தா. இப்போதான் என்ன ஆச்சுன்னு தெரில? யார்கூடவும் சரியா பேசறது இல்ல. எப்பவும் எதையோ தொலைச்ச மாதிரியே இருக்கா"

"எது பேசினாலும் எதுத்து பேசுற.. விவாதம் பண்ற. ஒரு மட்டு மரியாதை இல்ல".

"என்னமோ ப்ரெண்ட்ஸ் கூட மட்டும் குசு குசுன்னு பேசிட்டு இருக்கா. நம்ம உள்ள போனா அப்படியே ஒன்னும் தெரியாத மாதிரி நடிக்கிறா"

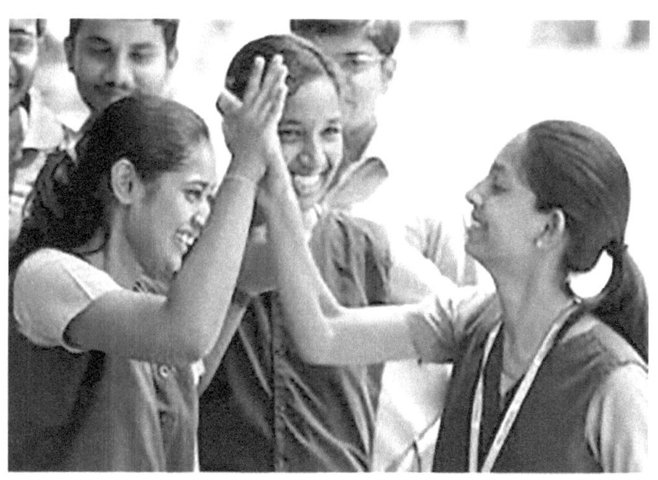

ADOLESCENCE

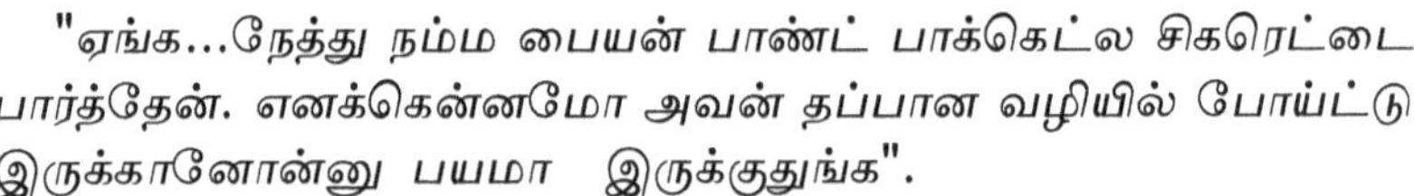

"ஏங்க...நேத்து நம்ம பையன் பாண்ட் பாக்கெட்ல சிகரெட்டை பார்த்தேன். எனக்கென்னமோ அவன் தப்பான வழியில் போய்ட்டு இருக்கானோன்னு பயமா இருக்குதுங்க".

இப்படி ஏராளமான உரையாடல்கள் உங்கப் பக்கத்து வீட்ல, எதிர் வீட்ல, மேல் வீட்ல, கீழ் வீட்ல, ஏன் உங்க வீட்ல கூட கேட்குமே!..அப்போ உங்க வீட்ல 13 வயசைத் தாண்டியப் பிள்ளைகள் கண்டிப்பாக இருப்பாங்க. என்னங்க நான் சொல்றது சரி தானே?

பிள்ளைகள் குழந்தைகளாக இருக்கும் போது அவங்களோட சின்னச் சின்ன செயல்களையும், அவர்களின் வளர்ச்சியையும் பார்த்து மகிழ்ச்சி அடைகிறோம். அவர்கள் வளர வளர வயதில் நெருப்பு கட்டிய உணர்வு ஏன் நமக்குள் வருகிறது?. நாம் தூக்கி வளர்த்த குழந்தைகள் வளர்ந்து, அவர்களுக்குச் சிறகுகள் முளைக்கத் தொடங்கிவிட்டது என்ற உண்மையை நம்மால் ஏற்றுக் கொள்ள முடியாததுதான் காரணம். பொதுவாக நாம் நம் பிள்ளைகளை, நம் கனவின் நீட்சியாக, நம்முடைய உடமைப் பொருளாகத்தான் நினைக்கிறோம். இந்த மனோபாவத்தால்தான் குழந்தைகளின் சுய செயல்பாடுகளை நம்மால் ஏற்றுக் கொள்ள முடிவதில்லை.

உண்மையைச் சொல்லப் போனால் அதே வயதைக் கடந்துதான் வந்து இருக்கிறோம். அதே அனுபவங்களை, அதே சந்தேகங்களைத் தான் மனதில் எழுப்பி இருக்கிறோம். ஆனால் நாம் பெரியவர்கள் ஆன பின்பு, நடுவில் கொஞ்சம் பக்கத்தைக் காணோம் என்பது போல நடந்து கொள்கிறோம்.

நாமும் நமது சமூகமும், நம் பதின் பருவப் பிள்ளைகளின் பற்பல கேள்விகளுக்கு நேர்மையான பதில்களைச் சொல்லி இருக்கிறோமா?. அவர்களின் உணர்வுகள் குறித்து ஒரு நிமிடமாவது அவர்கள் பார்வையில் இருந்து யோசித்துப் பார்த்து இருக்கிறோமா? நிறைய நேரங்கள் மௌனம் மட்டும்தான் நம் பதிலாக இருக்கிறது. இல்லையென்றால் "வாயை மூடு. இந்த வயதில் உனக்கு இது தேவை இல்லாதது" என்ற அடக்குமுறையை பிரயோகிக்கிறோம். இதற்கான காரணம் நம்மிடம் ஊறிப்போன கலாச்சார மௌனம்தான்.

குழந்தைப் பருவத்திற்கும், இளம் பருவத்திருக்கும் இடைப்பட்ட காலத்தைத்தான் அதாவது 13 வயதில் இருந்து பதினெட்டு வயது வரை உள்ள பருவத்தை வளர் இளம் பருவம் என்று நம் நாட்டில் வரையறை செய்து வைத்து இருக்கிறோம். உலக சுகாதார நிறுவனம் 10 வயதில் இருந்து 19 வயது வரை அனைவரையும் வளர் இளம் பருவத்தினர் என்று குறிப்பிடுகிறது. இந்த வளர் இளம் பருவம் என்பது மகிழ்ச்சி, கொண்டாட்டம், குழப்பம், ஆச்சரியம் நிறைந்த பருவம் ஆகும். இந்த நேரத்தில் அவர்களின் உடல், மனம் எல்லாவற்றிலும் மாறுதல்கள் ஏற்படும். உடல்,

மன உணர்வுகளில் ஊசலாட்டம் நிகழும். ஹார்மோன்களின் விளையாட்டுகள் மெல்லத் தொடங்கும். தன் இருப்பை முக்கியமாய் கருதும் நட்பு வட்டம்தான், தங்களுக்கு முக்கியமான ஒன்றாகத் தோன்றும். பெரியவர்களின் சரியான அணுகுமுறை இல்லை என்றால் இந்த அழகிய பருவம் மகிழ்ச்சியற்ற, ஆறாத வடுவை ஏற்படுத்திவிடக் கூடும். இந்த முக்கியமான கால கட்டத்தில்தான், அவர்கள் உடல், மன மாற்றங்கள் வெகு வேகமாய் நிகழத் தொடங்குகிறது.

இந்தப் பருவத்தில் என்ன என்ன மாற்றங்கள் நிகழும்? கொஞ்சம் நாம் யோசிப்போம். நாம் எல்லாரும் கடந்து வந்ததுதானே!

ஆண் குழந்தைகளுக்கு குரலில் மாற்றம், மீசை தாடி வளர்த்தல், அக்குள் மற்றும் ஆண் உறுப்பில் முடி வளர்தல், பருக்கள் தோன்றும். பெண் குழந்தைகளுக்கு மார்பக வளர்ச்சி, மாதவிடாய் தொடக்கம், பெண் உறுப்பு மற்றும் அக்குளில் முடி வளர்தல் போன்றவை நிகழும். ஆண் குழந்தைகளுக்கு இரவில் உறக்கத்தில் விந்து கழிதல், சுய தோற்றம் பற்றிய கழிவிரக்கங்கள்... இப்படி ஏராளமான மாற்றங்கள் வரும். இவை உடல் ரீதியான மாற்றங்கள் மட்டுமே. மனம் இன்னும் அதிவேகமான மாற்றங்களைச் சந்திக்கும்.

அந்த நேரத்தில் நம் பிள்ளைகளின் உடல் மற்றும் மனதில் ஏற்படும் மாற்றங்களைப் பற்றி, நாம் அவர்களிடம் இதுவரை பேசி இருக்கிறோமா? யோசித்துப் பார்ப்போம்.

இதுவரை அதைப்பற்றிப் பேசாவிட்டால்கூட இனிமேல் பேசவேண்டும். நம்மிடம் இருக்கும் கலாச்சார மௌனம் உடைக்கப்பட வேண்டும். இல்லையென்றால் நம் குழந்தைகள் கற்றுக் கொள்ள இந்தக் கணினி யுகம் ஏராளமான வழிகளைக் கொடுக்கும்.

அந்த வழிகள் மட்டும் சரியானதாக இல்லாமல், தவறாக இருந்துவிட்டால் நம் பிள்ளைகளின் வாழ்வே கேள்விக்குறியாகி விடும். எனவே இந்த வயதில் அவர்களுக்குத் தேவை நம்முடைய சரியான வழிகாட்டுதலும், நல்ல நட்பான அணுகுமுறையும் தான்.

வளர் இளம் பருவக் குழந்தைகளை கையாளுவதில் பெற்றோர்களுக்கும் ஆசிரியர்களுக்கும் முக்கிய பங்கு இருக்கிறது.

பெற்றோர்களாகிய நாமும் அந்த வயதை கடந்துதான் வந்திருக்கிறோம் என்பதால் நம்முடைய அனுபவங்கள் கண்டிப்பாக நம் பிள்ளைகளுக்குப் பயன்படும். அவர்களுடன் மனம் திறந்து பேசுவது இந்தக் காலகட்டத்தில் மிக முக்கியமான ஒன்றாகும். உடலைப் பற்றிய ஒரு சரியான புரிதலை அவர்களுக்கு இந்த நேரத்தில் தர வேண்டும்.

இந்த வயதில் எதிர்ப்பாலினத்தவரின் மீது வரும் ஈர்ப்பு பற்றியும் ஒரு நண்பனைப் போல பேச வேண்டிய தேவையும் நமக்கு இருக்கிறது. எல்லோரும் இந்த வயதில் கடக்க கூடிய விஷயம் தான். ஆனால் ஆர்வக்கோளாறால் செய்யக்கூடிய தவறுகள் நேரடியாகவோ அல்லது மறைமுகமாகவோ, அவர்களை மட்டும் அல்லாமல், அவர்களைச் சார்ந்தவர்களையும் எவ்வாறு பாதிக்கும் என்பதை மனம் திறந்து அவர்களுடன் பேசுதல் அவசியம் ஆகிறது.

மனம் திறந்து பேசுவதன் மூலம் வாழ்க்கையில் அவர்களுடைய பொறுப்பைப் பற்றித் தெளிவாகப் புரிய வைக்க நம்மால் முடியும்.

வீட்டிற்கு அடுத்தபடியாக வளரிளம் பருவத்தினர் அதிக நேரம் செலவழிப்பது பள்ளிக்கூடத்தில்தான். எனவேதான் ஆசிரியர்களின் பங்கு அவர்களுடைய வாழ்வியல் முறையில் முக்கியப் பங்கு வகிக்கிறது.

நல்ல நட்பு முறையில், தட்டிக் கொடுக்கும் ஆசிரியர்கள் என்ன சொன்னாலும் இந்த வயதுப் பிள்ளைகள் பின்பற்றத் தயாராக இருப்பார்கள்.

மாணவர்களுடைய செயல்முறைகள் தவறாக இருக்கும் பட்சத்தில், அதைக் கண்டிப்பதை விட அவனுக்குப் பிடித்த விஷயத்தில் மடைமாற்றம் செய்ய ஆசிரியரால் கொஞ்சம் கூடுதலாக இயலும்.

வகுப்பறையில் மாணவர்களுடன் பாடத்தைத் தாண்டி, அவர்கள் பிரச்சனையைப் பற்றி மனம் திறந்த கலந்துரையாடல்கள் செய்ய முன்வர வேண்டியது அவசியம்.

வளரிளம் பருவம் புதிரும், புனிதமும் நிறைந்த சிக்கலான பருவம். சிக்கல்களைக் கடந்து செல்வதைவிட, நம் பிள்ளைகளுக்குச் சிக்கல்களைக் கையாளக் கற்றுக் கொடுப்போம்.

வாருங்கள். நம் காலச்சார மௌனங்களை உடைத்து, நம் பிள்ளைகளுக்காக நாம் தொடர்ந்து உரையாடுவோம்.

2

இறுக்கி அணைத்து ஒரு உம்மா தருவோம்

வளரிளம் பருவம் சூராவளி மற்றும் அழுத்தம் நிறைந்த பருவம் என்று உளவியலாளர்கள் குறிப்பிடுவார்கள். ஏனெனில் இந்த வயதில் அவர்களின் உடல் மட்டுமல்ல,மனமும் மிக வேகமாக வளர்ச்சி அடைகிறது.

தாங்கள் யார்? என்று ஒரு சுய அடையாளத்தை உருவாக்கிக் கொள்ள அவர்கள் மனம் முயலும்.. அப்படி முயலும் போது ஆழமான கேள்விகளும், மன உளைச்சல்களும், குழப்பங்களும் கண்டிப்பாக அவர்களுக்கு ஏற்படும்.அதனை அடையாளச் சிக்கல் என்று உளவியலாளர் எரிக்சன் குறிப்பிடுகிறார்.அந்த அடையாளச் சிக்கலைத் தீர்த்து வைக்க ஒரு பெற்றோராக, ஒரு ஆசிரியராக மட்டும் நடந்து கொள்ளாமல் அவர்களைப் புரிந்து கொண்ட ஒரு தோழமை மிகுந்த நபராய் நாம் நம்மை உருமாற்றிக் கொள்ள வேண்டியது முக்கியம். நம் குழந்தைகள், இந்த வயதில் சின்னஞ்சிறு மனிதர்களாக, உருவெடுக்க ஆரம்பிக்கிறார்கள். அந்த ஆரம்ப கட்டத்தில் நாம் துணை நிற்பது அவசியம்.

அதிக செல்லம் கொடுத்தால், இந்த வயதில் கெட்டுப் போய்விடுவார்களோ என்ற பயத்தில் அதீத கண்டிப்பு, அதீத கண்காணிப்பு, அதீத அறிவுரைகள் என்று வீட்டிலும், அடுத்த வீடு என்று சொல்லக் கூடிய பள்ளிக்கூடத்தில், இந்த வயதில் பொதுத்தேர்வுகள் என்ற அழுத்தம், இந்த வயதைச் சந்தேகக் கண்ணோடு குறுகுறு என்று பார்க்கும் சமூகம், இத்தனையும் தாண்டித் தப்பித்துக் கொள்ள, என்னிடம் வா... வா... உனக்கான இளைப்பாறுதலை நான் தருகிறேன் என்று இரு கை நீட்டி வரவேற்கும் இணைய உலகம், புண்பட்ட மனதைப் புகை விட்டு ஆற்றலாம் வா என்று அழைக்கும் நண்பன்., கடைக்கண் பார்வைகளால் கவர்ந்திழுக்கும் எதிர்ப்பாலினம் என்று பல சிக்கல்கள் அவர்களுக்கு ஏற்படுகிறது.

அப்பப்பா... எத்தனைச் சிக்கல்கள். இத்தனைச் சிக்கல்களையும் கடந்துதான் தன்னுடைய ஆளுமையை நிலைநிறுத்தப் போகும் செயல்பாடுகளை இந்தக் கட்டத்தில் கட்டமைக்கப் போகிறார்கள். இத்தனைச் சிக்கல்களை அந்த வயதில் கடக்கும் நம் குழந்தைகளுக்கு ஆதரவாக நாம் இருக்கிறோமா?

இதெல்லாம் ஒன்றுமே கிடையாது; இது நான் கடந்து வந்த பாதைதான். நான் உனக்குச் சொல்லிக் கொடுக்கிறேன் என்று தோளில் கை போட்டு அரவணைத்து பேசியிருக்கிறோமா?

இதற்கெல்லாம் நம்மிடம் வரும் பெரும்பாலான பதில்கள் கனத்த மௌனங்கள்தான்.

இதுவரை இல்லாவிட்டாலும் கூட, இனிமேல் கண்டிப்பாகப் பேச வேண்டிய அவசியம் இருக்கிறது. இந்தப் பருவப் பிள்ளைகளுக்கு ஆறுதலும், அரவணைப்பும், மனம் திறந்த உரையாடல்கள் மட்டுமே, அவர்களின் அந்த அடையாளச் சிக்கலைத் தீர்ப்பதற்கு உதவும். அதோடு மட்டுமல்லாமல் இந்தப் பருவத்தில்தான் அவர்கள் என்னவாக வேண்டும் என்பதைக் கட்டமைக்க போகிறார்கள். அந்தக் கட்டமைக்க வேண்டிய சமயத்தில் நம் துணை நிச்சயம் அவர்களுக்குத் துணையாய் நிற்கும்.

குளிரூட்டப்பட்ட ஒரு பெரிய அறை... கிட்டத்தட்ட 200க்கும் மேற்பட்ட மாணவ மாணவியர்கள். அனைவருமே இனிமையான, சிக்கல்கள் நிறைந்த வளரிளம் வயதில் இருக்கக்கூடியவர்கள்.

இவர்கள் ஐந்து நாட்கள் என்ன சொல்லப் போகிறார்கள் என்ற ஆர்வம் மிகுந்த பார்வைகளோடு சிலர்; அலட்சியம் மிகுந்த பார்வைகளோடு சிலர்; அதைப்பற்றி சிந்தனையே இல்லாத சிலர்; இப்படி பலவிதமான மனோநிலைகளோடு அவர்கள் அமர்ந்து இருந்ததை, அவர்களை உற்று நோக்கியதில் அறிய முடிந்தது.

ஒரு கலைக்கல்லூரியின் அரங்கத்தில்தான் நான் சொன்ன இந்தக் காட்சி. அந்தக் கல்லூரி மாணவர்களுக்கு ஐந்து நாட்கள் மதிப்பூட்டும் கல்வி பற்றிய பயிலரங்கம். அந்தப் பயிலரங்கத்தில் நானும் ஒரு பயிற்சியாளராகச் சென்றிருந்தேன்.

பயிலரங்கத்தின் முதல் நாள். சில விளையாட்டுச் செயல்பாடுகளோடு விளையாட்டும், குதூகலமுமாய் பயிற்சி சென்றது. பொதுவாக அந்த வயதில் உள்ள குழந்தைகளுக்குச் சினிமாவையும், விளையாட்டையும் இணைத்துப் பேசும் பொழுதுதான், அவர்களின் கவனம் நம்மேல் குவிகிறது என்பதால் அதைத்தான் நாங்களும் கையாண்டோம்..

சுகப் பயிற்சியாளரான எனது நண்பனிடம் அவர்கள் உரையாடிக் கொண்டிருக்கும் பொழுது, நான் அந்த அரங்கத்தில் நடந்து கொண்டே ஒவ்வொரு மாணவனையும் கவனித்துக் கொண்டே நகர்ந்தேன். 50 சதவீதத்திற்கும் மேற்பட்ட மாணவர்களின் கைகளில் அலைபேசி இருந்தது.

அலைபேசிகளில் கேம்ஸ் விளையாடிக் கொண்டோ, இணைய நண்பர்களுடன் உரையாடிக் கொண்டோ, ரீல்ஸ் பார்த்துக்கொண்டோ இருந்தார்கள். நான் அவர்களை நெருங்கும் போதெல்லாம் டக்கென்று அலைபேசியை மறைத்துவிட்டு கவனிப்பது போல பாசாங்கு செய்தார்கள். சிலர் கீழே குனிந்து கொண்டு அலைபேசியில் தங்கள் வேலையைத் தொடர்ந்து கொண்டிருந்தார்கள்.

மெல்ல ஒரு மாணவனின் அருகே சென்று, அவன் தோளில் பரிவோடு கை வைத்தேன். அவன் அந்தத் தொடுகையை எதிர்பார்க்கவில்லை போலும். சட்டென்று நிமிர்ந்து என் கண்களைப் பார்த்தான்.

"கண்ணா இப்படிக் குனிந்து கொண்டு அலைபேசியைப் பார்த்தால், உன் கண்ணும் கெட்டுவிடும்; கழுத்துப் பகுதியில் வலி வரும். நன்றாக நிமிர்ந்து உட்கார்ந்து அலை பேசியை

உன்னிடம் இருந்து சற்றுத் தொலைவில் வைத்துக் கொண்டு விளையாடு. உன் நல்லதுக்குதான் சொல்றேன்" என்று சொல்லிவிட்டு நகர்ந்து வந்து விட்டேன்.

என்ன நினைத்தான் என்று தெரியவில்லை. அந்த மாணவன் அலைபேசியை அணைத்து வைத்துவிட்டு, என்னைப் பார்த்து ஒரு சிறியப் புன்முறுவல் செய்தான். என் அக்கறை மிகுந்த சொற்கள் அவன் மனதைச் சிறிது அசைத்திருக்கிறது. அவன் அருகில் இருந்த மற்ற மாணவர்களையும், விளையாடுவதை நிறுத்திவிட்டு அலைபேசியை அணைத்து வைக்கக் கோரினான்.

ஐந்து நாள் பயிற்சியின்போது நிகழ்வை, நன்கு கவனித்துக் கொண்டிருந்த மாணவர்களைத் தாண்டி அசட்டையாக அலைபேசியைப் பார்த்துக் கொண்டோ, நண்பர்களுடன் உரையாடிக் கொண்டோ இருந்த மாணவர்களிடம்தான் நான் அதிக கவனம் குவித்தேன்.

அந்தக் கல்லூரியில் பாதிக்கு மேற்பட்ட மாணவர்கள் மலையாளத்தைத் தாய்மொழியாக கொண்டவர்கள்.. எனக்குத் தெரிந்த அரைகுறை மலையாளத்தில் அவர்களுடன் உரையாடும் பொழுது, மோனே (மகனே) என்று அழைத்து உரையாடிய

பொழுது, மெல்லிய நெகிழ்ச்சியை அவர்களின் முகத்தில் என்னால் உணர முடிந்தது. அது தாய்மொழியின் வலிமை அல்லவா?..

மூன்று நாட்கள் வரை மேடம் என்று அழைத்துக் கொண்டிருந்த அந்த மாணவர்கள் நான்காவது நாள் காலையில் நான் உள்ளே சென்றதும் அக்கா... என்று அன்போடு அழைக்கத் துவங்கியிருந்தார்கள்..

நான்காம் நாள் இறுதியில் அவர்களுக்கு இருக்கக்கூடிய அத்தனைச் சிக்கல்களையும் எழுதித் தரும்படி வேண்டுகோள் வைத்தோம். கிட்டத்தட்ட 95% மாணவ மாணவியர்கள் வெளிப்படையாகத் தங்களுடைய அத்தனைச் சிக்கல்களையும் எழுதிக் கொடுத்து இருந்தார்கள். மிக வியப்பாகவும் பெருமையாகவும் உணர்ந்த தருணம் அது.

வெறும் ஐந்து நாட்கள் மட்டுமே பழகிய எங்களுடன், தங்களின் மனவெழுச்சியைப் பகிர்ந்து கொள்ள முடிந்த அவர்களால், தினமும் சந்திக்கும் பெற்றோர்களிடமும், ஆசிரியர்களிடமும் ஏன் பகிர்ந்து கொள்ள முடியவில்லை? எது தடையாக இருந்திருக்கிறது? என்ற கேள்வி எனக்குள் எழுந்தது.

அவர்கள் எழுதிக் கொடுத்த சீட்டுகளின் வாயிலாகவும், அனுபவத்தின் வாயிலாகவும் நான் ஒரு உண்மையை உணர்ந்தேன். பெரும்பாலான வீடுகளிலோ, வகுப்பறையிலோ மனம் திறந்த உரையாடல்கள் நடத்தப்படும் வாய்ப்பு இல்லை. அவர்களுடையச் சொற்களுக்குச் செவிமடுக்கப் பெரிய காதுகள் பெரும்பான்மையானவர்களுக்கு இல்லை. குடும்பமும் சரி, பள்ளிக்கூடமும் சரி, சமூகமும் சரி குழந்தைகளை இலக்கை நோக்கி ஓடும் இயந்திரங்களாக மாற்றத்தான் துடிக்கிறார்கள்.

இளம் பருவ வயதில் உள்ள குழந்தைகளுக்கு ஒரு அனுசரணையான பார்வையோ, ஆறுதலான அரவணைப்போ அதிகம் கிடைக்கவே இல்லை என்பதுதான் உண்மை.

காலையில் விழிக்கும் போதே நேரமாச்சு.. எந்திரி.. பள்ளிக்கு கிளம்பனும்... கல்லூரிக்கு கிளம்பனும்.. என்ற சொற்களைத் தாண்டி, வேறு அன்பான சொற்களை அவர்களின் காதுகள் கேட்டிருக்குமா?.

பெற்றோர்களாகிய நாம் மெல்ல உறங்கும் பிள்ளையின் அருகில் சென்று நெற்றியில் முத்தமிட்டு, கட்டி அரவணைத்து, நம் அன்பை வெளிப்படுத்தி இருக்கிறோமா?

முத்தமும் அரவணைப்பும் வளர்ந்த பிறகு அவர்களுக்குத் தேவையில்லை என்று நினைக்கிறோம். ஆனால் மனிதனுக்கு பிறந்தது முதல், இறுதி வரை, வாழ்வு முழுவதுமே அன்பான தொடுதல் தேவையாக இருக்கிறது.

வாய் திறந்து பேசாமலேயே பல விஷயங்களை, நம் அன்பை தொடுதல் மூலமாக நாம் நம் பிள்ளைகளிடம் பேசிவிட முடியும். அந்தத் தொடுதலும் அணைப்பும் ஒரு நொடியில் நம் அன்பைக் குழந்தைகளுக்குக் கடத்தி விடும். மெல்ல மெல்ல அந்த அன்பும் அரவணைப்பும், மனம் திறந்த உரையாடல்களை வீட்டில் வளர்க்கும்..

இனி தினமும் அதிகாலையிலும் இரவு உறங்கப்போகும் போதும், நம் பிள்ளைகளைக் கட்டி அணைத்து ஒரு முத்தமும், மெல்லிய அரவணைப்பும் தந்து, நம் பிள்ளைகளின் மனங்களை மலர வைத்து, மௌனங்களை உடைத்து நம்முடன் உரையாட வைப்போமா?..

3

அந்த மூன்று நாட்கள்

மாலதி ஐந்தாம் வகுப்பு படிக்கும் மாணவி. நல்ல துறுதுறுவென்று எப்பவும் ஓடி ஆடி விளையாடும் ஒரு குழந்தை. சிறிது நாட்களாக அவளுடைய உடம்பில் மாற்றங்கள் வர ஆரம்பிக்கிறது.

அவளுடைய அக்குள் மற்றும் பிறப்புறுப்பில் முடி வளர்கிறது. மார்பக வளர்ச்சி அதிகரிக்கிறது; இடுப்பு எலும்பு நன்கு வளர்ந்து, அங்கு ஒரு நளினம் தென்படுகிறது. குரல் கூட வெகு இனிமையாய் மாறி இருக்கிறது.

என்ன ஆயிற்று எனக்கு? எதற்காக தனக்குள் இத்தனை மாற்றங்கள் வருகிறது என்று குழந்தைக்குப் புரியவில்லை. இதை அம்மாவிடம் கேட்கலாமா? வேண்டாமா? என்ற ஒரு மனத்தடையும் ஏற்படுகிறது. மெல்ல மெல்ல இந்தக் குழப்பங்களால், அவளுடைய துறுதுறுப்புக் குறைந்து, ஒரு மௌனம் குடி கொள்கிறது.

இந்த அறிகுறிகளைப் பற்றிப் படிக்கும் போதே, இதன் காரணம் என்னவாக இருக்க முடியும் என்பதை நம்மில் பலரால் யூகிக்க முடியும். ஆம்.. அந்தப் பெண் இன்னும் சிறிது காலத்திற்குள் தன் வாழ்வின் முக்கியமான ஒரு காலகட்டத்திற்குள் அடியெடுத்து வைக்கப் போகிறாள். ஒரு பெண் பருவம் அடைவதற்கு முன்பாக, உடலில் தோன்றும் மாற்றங்கள் தான் இவையெல்லாம்.

இந்த மாற்றங்களைப் பற்றி வெளிப்படையாக அந்த வயதில் உள்ளக் குழந்தைகளுக்குத் தெரிவிக்கக்கூடிய, அணுகுமுறைகள், கலந்துரையாடல்கள், வீடுகளிலோ அல்லது பள்ளிகளிலோ நடத்தப்படுகிறதா? என்று பார்த்தால், பெரும்பாலும் இல்லை என்பதுதான் பதிலாக இருக்கும்.

மாதவிடாயை, ஆரோக்கிய வாழ்வின் அங்கமாகப் பார்க்காமல், அதை ஒரு தீட்டாக, பெண்ணை ஒதுக்கி வைக்கும் நிகழ்வாகப்

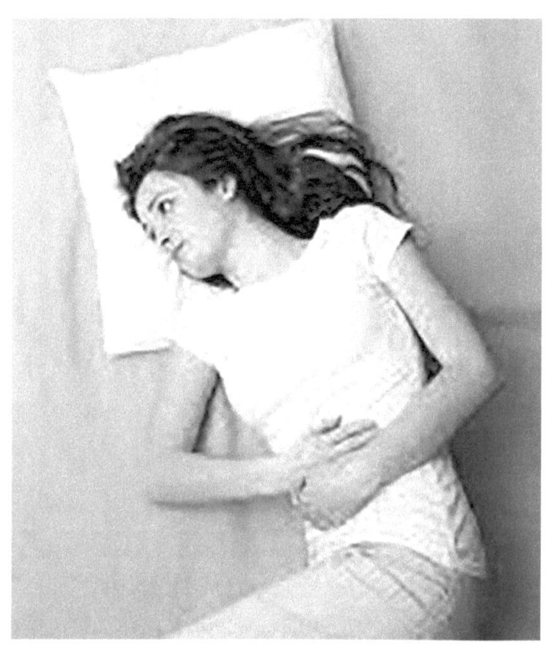

பார்க்கும் நம் கலாச்சாரம் ஏற்படுத்திய மௌனம்தான் இதற்குக் காரணம்.

மாதவிடாய் சமயத்தில் பெண் தீண்ட தகாதவள்; கோவிலுக்குள் செல்லக்கூடாது; வீட்டில் எதையும் தொடக்கூடாது; அவள் தனியாகத்தான் இருக்க வேண்டும்; தனிப் படுக்கை, தனித்தட்டு என்று ஓர் இடத்தில் ஒதுக்கி வைக்கப்படுவது போன்ற நிகழ்வுகள்தான், மாதவிடாய் பற்றி வெளிப்படையாக பேசாமல், இருக்கக்கூடிய ஒரு அடர்ந்த மௌன கலாச்சாரத்தைத் தோற்றுவித்திருக்கிறது.

இன்றைய காலகட்டத்தில் ஓரளவு குறைந்திருந்தாலும், மாதவிடாய் நாட்களில் பெண்கள் தனி இடத்தில் (முட்டு வீடு) இருப்பதும், சாவ்பாடி கலாச்சாரத்தைப் பின்பற்றும் நேபாளம் போன்ற நாடுகளில் இன்னும் இந்த மௌனம் முழுமையாக உடைபடவில்லை என்பதைத்தான் காட்டுகிறது.

என் நட்பு வட்டத்தில் உள்ள தோழிகளிடம், மாதவிடாயை பற்றியும், அவர்களின் பெண் குழந்தை, பருவம் அடைவதற்கு முன்பு இதைப் பற்றி அந்தக் குழந்தைகளிடம் மனம் திறந்து பேசி இருக்கிறீர்களா? என்ற கேள்வியை வைத்து உரையாடினேன்.

முப்பது சதவீதத்தினர் மட்டுமே, தங்கள் பெண் குழந்தைகளிடம் இந்த மாற்றங்கள் தென்பட ஆரம்பித்ததுமே, பருவமடைதல் பற்றியத் தகவல்களைக் குழந்தைகளிடம் பேசி, அவர்களைத் தயார் செய்து இருக்கிறார்கள் என்பது தெரிய வந்தது.

சிலர் இதைத் தங்கள் பெண்களிடம் பேசுவதற்குச் கூச்சமாக இருந்ததாகவும், அதனால் தங்கள் அருகில் வசிக்கும் தோழிகளின் வாயிலாகக் குழந்தைகளுக்கு இதைப் பற்றிய தகவல்களைச் சொல்லிக் கொடுக்கச் சொன்னதாகவும் கூறினர்.

ஒரு சில குழந்தைகள், தங்கள் வகுப்புத் தோழிகளுடன் உரையாடி, ஓரளவு பருவமடைதல் பற்றிய செய்திகளைப் பற்றி அறிந்து கொள்கிறார்கள்.

வாழையடி வாழையாய், மனித சமூகம் தொடர்ந்து மண்ணில் நிலைபெற, ஆதாரமாக இருப்பது இந்த மாதவிடாய் என்ற இயற்கை நிகழ்வு. ஆனால் அதை அறுவெறுப்பாகப் பார்க்க வைத்தது நம் சமூக கண்ணோட்டங்கள்தான். அதுதான் மாதவிடாய்ப்பற்றி வெளிப்படையாகப் பேசுவதற்கு, தடைவிதிக்கிறது.

ஒரு குறும்படம் ஒன்று சமீபத்தில் பார்த்தேன். அதில் ஒரு ஆண் நண்பன் தன்னுடைய தோழியைத் திரைப்படம் பார்க்கச் செல்லலாம் என்று அலைபேசியில் அழைக்கிறான். அந்தப்

பெண், எனக்கு பீரியட்ஸ். கொஞ்சம் சோர்வாக உணர்கிறேன். என்னால் வர இயலாது என்கிறாள்.

உடனே அந்த ஆண் நண்பனுக்கு ஒரு குறுகுறுப்பு வருகிறது. அத்துணை அந்தரங்கமானச் செய்தியை என்னுடன் பகிர்கிறாள் என்றால், என் மீது அவளுக்கு ஒரு பிரத்யேக அன்பு அல்லது காதல் இருக்க வேண்டும். இப்போதே என் காதலை வெளிப்படுத்த வேண்டும் என்று எண்ணி மீண்டும் அவளை அழைத்து 'ஐலவ்யூ' என்று சொல்கிறான்.

அந்தப் பெண் அதிர்ந்து போய், அந்த நண்பனைத் திட்டி விட்டு அலைபேசியை வைத்து விடுகிறாள்.

இப்படித்தான் நம் சமூக கண்ணோட்டங்கள் இருக்கின்றன. இந்த மதிப்பீடுகளால் உருவான ஒரு அடர்ந்த மௌனத்தை உடைக்க வேண்டிய கட்டாயம் இன்றைய பெற்றோர்களாகிய நம் அனைவருக்கும் இருக்கிறது.

வெளிப்படையான உரையாடல்களை, நம் வீட்டில், நம் பிள்ளைகளுடன் தொடங்க வேண்டியது அவசியமான ஒன்றாகும்.

தங்கள் பெண் பிள்ளைகளிடம் இத்தகைய மாற்றங்கள் தென்பட ஆரம்பிக்கும்போதோ, அல்லது பத்து வயதைக் கடந்த பின்னரோ,

அவர்களை அருகே அமர வைத்து, முடிந்தால் பெற்றோர்கள் இருவரும் இணைந்து உரையாட வேண்டும். இருவராகச் சேர்ந்து மனம் திறந்து உரையாடும்பொழுதுதான் இது அறுவெறுப்பான விஷயம் இல்லை என்ற நம்பிக்கையை அந்தப் பெண் குழந்தை பெறுவாள். சில குடும்பங்களில் ஆண்களுக்கு இதைப் பற்றி பேச மிகப்பெரிய தயக்கம் இருந்தால், தாயாவது வெளிப்படையாக உரையாட வேண்டும்.

இந்த மாற்றங்கள் அனைத்தும் அவளை வாழ்வின் அடுத்த கட்டத்திற்கு எடுத்துச் செல்லும் நிகழ்வு என்பதை உணர வைக்க வேண்டும். மாதவிடாய், உதிரப்போக்கு பற்றிய விவரங்களைச் சொல்ல வேண்டும்.

மலம், சிறுநீர் போன்று உடம்பு வெளியேற்றும் ஒருவகை கழிவு தான் பிறப்புறுப்பின் வழியாக வெளி வரும் இந்த மாதவிடாய் உதிரம் என்பதை இயல்பாக அவர்கள் எடுத்துக் கொள்ள உறுதுணையாய் இந்த உரையாடல்கள் வழிவகை செய்யும். இல்லை என்றால் நம் சமூக ஊடகங்கள், விளம்பரங்களில் சானிட்டரி நாப்கின்களில் நீல நிற இங்கை ஊற்றி, இன்னும் கனத்த மவுனத்திற்குள் நம்மைத் தள்ளி விடுவார்கள்.

வயறு வலிக்கின்ற நாட்கள்

எனக்கு 11 வயதில் ஒரு ஆண் குழந்தையும், ஒன்பது வயதில் ஒரு பெண் குழந்தையும் இருக்கிறார்கள். அவர்களிடம் சில மாதங்களுக்கு முன்பு, என் மாதாந்திர நாட்களை வயறு வலிக்கின்ற நாட்கள் என்று சொன்னேன். உடனே என் மகனை வயிற்றில் எண்ணெய் தடவி விடுமாறும், மகளிடம் கை கால்களைப் பிடித்து விடுமாறு வேண்டினேன். அவர்களும் உதவி செய்தார்கள்.

மாதம்தோறும் இதேபோன்று நிகழ்வு வருவதைக் குழந்தைகள் கவனித்துக் கொண்டிருந்தனர்.

"ஏன் இப்படி மாதாமாதம் உங்களுக்கு வயறு வலிக்கிற நாட்கள் வருகின்றன?" என்று கேட்டார்கள்.

இதுதான் சரியான தருணம் என்று உணர்ந்து, மாதவிடாயைப் பற்றி பிரமாண்டமான தகவல்களாகச் சொல்லாமல், அவர்கள் புரிந்து கொள்ளக் கூடிய வகையில், எளிமையான அடிப்படைத் தகவல்களை மட்டும் முதலில் அவர்களுக்குச் சொன்னேன்.

கருப்பை என்ற உறுப்பு ஒரு குழந்தையைப் பின்னாளில் தன்னுள் வைத்து வளர்ப்பதற்காக, இயற்கை செய்த முன் ஏற்பாடுதான் இந்த நாட்கள் என்றும், இந்த நாட்களில்

பிறப்புறுப்பின் வழியாக உதிரப்போக்கு வரும் என்பதையும் குழந்தைகளின் மொழியில் எளிமையாய் கதை போலச் சொன்னேன்.

இந்த நிகழ்வால்தான் அம்மா வயிற்றில் நாம் உருவாக்கிப் பிறந்து இருக்கிறோம் என்பதை உணர்ந்ததாலோ என்னவோ, அந்த நாட்களில் மிகவும் சமத்துப் பிள்ளைகளாக இருப்பார்கள். பெரிதாக என்னைத் தொந்தரவு செய்ய மாட்டார்கள். நான் கேட்பதற்கு முன்பே ஓடி ஓடி அத்தனை உதவிகளையும் செய்வார்கள்.

தனக்கும் இன்னும் சில காலங்களில் இந்த நிகழ்வு வரும் என்பதை என் பெண் குழந்தை இயல்பாகவும், தன்னைச் சார்ந்த அம்மா, தங்கை, மனைவி, தோழிகள் என்று அனைவரையும் பரிவுடன் அணுகக்கூடியப் பார்வை என் மகனுக்கும் வரும் என்பதை என்னால் உணர முடிந்தது.

அவர்களுடன் வெளிப்படையாக, அவர்கள் மொழியில் உரையாடியதன் விளைவுதான் இந்தப் புரிதல் என்பது நிதர்சனமான ஒன்று.

மாதவிடாய் நேரச் சுகாதாரம்

அடுத்து மாதவிடாய் நேரத்தில் தன் சுகாதாரம் பற்றிய விழிப்புணர்வுச் செய்திகளைப் பெண் குழந்தைகளுக்குச் சொல்லித் தர வேண்டியது அவசியம். ஏனென்றால் மாதவிடாய் சரியாக ஒவ்வொரு மாதமும் நிகழ்வது பெண்களின் ஆரோக்கியத்தின் அடையாளம் என்பதை அவர்களுக்கு உணர்த்த வேண்டும்.

மாதவிடாய்க் காலத்தில் பின்பற்ற வேண்டிய சில சுகாதாரப் பழக்கங்களைத் தவறாமல் கடைபிடிக்க வேண்டும் என்பதைக் குழந்தைகளுக்குச் சொல்லித் தர வேண்டும்.

★ அந்தக் காலகட்டத்தில் தினமும் இருமுறை நீராட வேண்டும்.

★ உடலில் இருந்து வெளியேறும் ரத்தப் போக்கில் காற்றுபடும் பொழுது, ஒருவித துர்நாற்றம் உண்டாகும். அதனால் எப்பொழுதும் பிறப்புறுப்பைச் சுத்தமாகக் கழுவச் சொல்ல வேண்டியது அவசியம்.

★ மாதவிடாய்க் காலங்களில் மலச்சிக்கல் இயல்பாக வரக்கூடிய ஒரு விஷயம். அதைத் தவிர்க்க நார்ச்சத்து அதிகம் உள்ள

Preparing Your Daughter For Her First Period

A guide to having a conversation with your child about her menstrual cycle

பச்சைக் காய்கறிகள், பழங்கள், கீரைகள் போன்றவற்றை உணவில் அதிகம் சேர்க்க வலியுறுத்த வேண்டும்..

★ மாதவிடாய்க் காலங்களில், பயன்படுத்தும் நாப்கின்களை குறைந்த பட்சம் ஐந்தாறு முறையாவது மாற்றும் பழக்கத்தைக் கடைபிடிக்கச் சொல்வது மிக அவசியம்.

★ பிறப்புறுப்பின் வழியாக வெளியேறும் உதிரம் தொடைகளில் பட்டு, நடக்கும் போது தொடைகள் உராய்ந்து அங்கே எரிச்சலையும், நோய்த்தொற்றுகளையும் உருவாக்கும் வாய்ப்புகள் அதிகம். அதனால் எப்பொழுதும் தொடைப் பகுதியைச் சுத்தமான துணியால் ஈரம் போகத் துடைக்க வேண்டும்.

★ அதுமட்டுமல்லாமல் உபயோகித்த நாப்கின்களைத் தண்ணீரால் அலசி ஒரு பேப்பரில்ச் சுற்றி, பிறகுக் குப்பைத் தொட்டியில் போட வேண்டும் என்பதை வலியுறுத்த வேண்டும்.

★ உதிரப்போக்கு குறைவாக இருந்தாலும் கூட குறைந்தது மூன்று மணி நேரத்திற்கு ஒருமுறையாவது நாப்கின்களை மாற்றப் பழக்கப்படுத்த வேண்டும்.

இந்த அடிப்படைப் புரிதல்களை முதலில் குடும்பம்தான் குழந்தைக்கு ஏற்படுத்தித் தர வேண்டும்.

பெண் குழந்தைகளுக்கு மாதவிடாயைப் பற்றியும், அப்போது எதிர்கொள்ள வேண்டிய சிக்கல்களைப் பற்றியும் ஆரோக்கியம் பற்றி பேசலாம். சரி.. ஆண் குழந்தைகளுக்கு இது தெரிய வேண்டுமா? இது பெண்ணின் பிரச்சனை. எதற்கு அவர்களுக்குத்

தெரிய வேண்டும் என்று நம்மில் பெரும்பாலானவர்கள் நினைக்கிறார்கள்.

அதனால்தான் பெண்ணின் மாதவிடாய்க் காலத்தில், பெண் அனுபவிக்கின்ற வலிகள், உணர்வுகள், ஆரோக்கியப் பிரச்சினைகள் பற்றி பெரிதாய் அறியாதவர்களாக ஆண்களில் பலர் இருக்கின்றார்கள்.

மாதவிடாய்க் காலங்களில் பெண்களுக்கு ஏற்படும் மன அழுத்தம், அதனால் ஏற்படும் உணர்வு நிலை மாற்றங்கள், மனவெழுச்சிகள் போன்றவை பெரும்பாலும் அலட்சியமாய் கடந்து செல்லப் படுகிறது.

ஆனால் ஆண் குழந்தையிடம் வெளிப்படையாக மாதவிடாயைப் பற்றியும், அதன் சிரமங்களைப் பற்றியும் உரையாடும் பொழுது, சக உயிரான பெண்ணின் வலியை உணர்ந்து கொள்ளும் வாய்ப்பு ஏற்படும். இந்தப் புரிதல் அந்த நேரத்தில் பெண்களுக்கு, அவர்கள் உணர்வை வலியை புரிந்து கொள்ளும் சகோதரனாய், மகனாய், கணவனாய், நண்பனாய் ஆணைப் பரிணமிக்க வைக்கும்.

இந்தச் சமுதாயத்தில் ஆண் பெண் இருவரும் சக உயிர்கள், இருவரும் அன்பாய், ஆறுதலாய் அரவணைப்பாய் இணைந்து வாழுகின்ற வாழ்வியல் சூழல் வர வேண்டுமானால், இது போன்ற கலாச்சார மௌனங்கள் முதலில் உடைக்கப்பட வேண்டும்.

தொடர்ந்து உரையாடுவோம்; மௌனங்களை உடைப்போம்.

4

யாரேனும் இந்த மௌனத்தைத் தகர்த்து இருந்தால்?

இந்த வாக்கியத்திற்கான பொருள் என்ன என்று யோசனை வருகிறது அல்லவா? இது ஒரு சிறிய நூலின் தலைப்பு. சிறிய நூல் என்றாலும் இதனுடைய பேசுபொருள் மிக மிகக் கனமானது.

குழந்தைகளும் சின்னஞ்சிறு மனிதர்கள்தான். அவர்களுக்கும் அவர்களது உடல், மனம் குறித்த அடிப்படை உரிமை அவர்களுக்கு இருக்கிறது. பட்டாம்பூச்சிகள் போன்ற குழந்தைகளைக் கசக்கி, தகாத உறவுகளுக்குள் ஆட்படுத்தும் கண்ணியமற்ற ஒரு செயலான, பாலியல்க்கொடுமைகளைப் பற்றி தான் இந்த நூல் பேசுகிறது.

இணையக் கூட்டங்களில் இந்த நூலைப் பற்றி நான் அதிகம் பேசிய பிறகு, என் நெருங்கிய நட்பு வட்டத்தில் உள்ள நட்புகள், நான் அதிகம் பேசிப் பழக்கம் இல்லாத நட்புகள் என்று சில நண்பர்களிடமிருந்து எனக்குத் தொலைபேசி அழைப்பு வந்தது.

கிட்டத்தட்ட அனைவரிடமும் யாரிடமும் சொல்லப்படாத, ஒருவருக்கும் தெரிந்து விடக்கூடாது என மனதிற்குள் பல ஆண்டுகளாக, ஒரு கெட்ட கனவாக மறைத்து வைக்கப்பட்டிருந்த

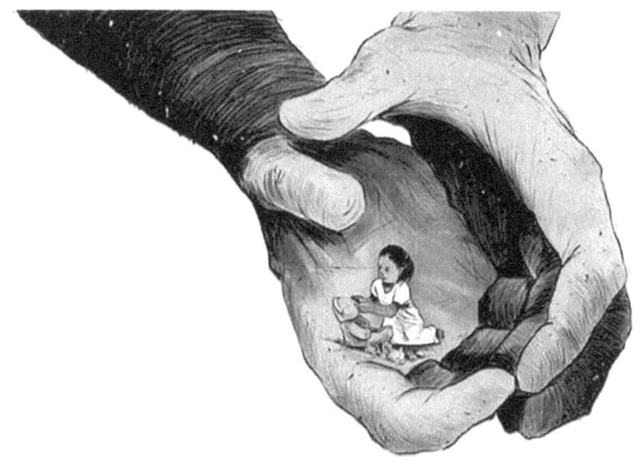

கதை ஒன்று, ஒவ்வொருவருக்குள்ளும் இருந்தது. அதை வெளிப்படுத்த முடியாமல் இத்தனை ஆண்டுகள் மெளனமாய், வலியோடு கடந்து வந்திருக்கிறார்கள். இந்த நூலைப் பற்றிய உரை அவர்களின் மெளனத்தைத் தகர்த்து, என்னிடம் உரையாட வைத்தது. உரையாடலுக்குப் பிறகு அவர்கள் மனம் ஒருவாறு ஆசுவாசமடைந்திருக்கும் என்றே நம்புகிறேன். அவர்களுடையப் பேச்சைக் கேட்க என் காதுகளை மட்டும் கொடுத்தேன் அவ்வளவுதான்.

2017 ஆம் ஆண்டு வேர்ல்ட் விஷன் இந்தியா என்ற ஒரு தொண்டு நிறுவனம், இந்தியாவில் 26 மாநிலங்களில் நடத்தப்பட்ட ஆய்வின் அடிப்படையில், இந்தியாவில் சராசரியாக இரண்டில் ஒரு குழந்தை, சிறு வயதில் பாலியல் துன்புறுத்தலுக்கு ஏதாவது ஒரு வகையில் உட்படுத்தப்படுகிறது என்ற அதிர்ச்சிகரமான தகவல் அறிக்கையை வெளியிட்டு இருக்கிறார்கள்.

கேட்கவே மிகவும் அதிர்ச்சியாக இருக்கிறது தானே?.. ஏன் இது போன்ற கொடுமைகள் குழந்தைகளுக்கு நடக்கிறது? இதுபோன்ற கொடுமையான செயல்களை வெளிப்படுத்தி, குற்றவாளிகளைத் தண்டிக்காமல், மறைத்து வைப்பதால்தான், இன்னும் இந்தக் கொடுமைகள் தொடர்கிறது.

பெண் குழந்தைகள் மட்டுமல்ல பெரும்பாலான ஆண் குழந்தைகளும் இந்த பாலியல் வன்கொடுமைகளுக்கு உள்ளாக்கப்படுகிறார்கள் என்பது அதிர்ச்சிகரமான உண்மை. ஆண் குழந்தைகள் பெரும்பாலும் அவர்களை விடப் பெரிய சிறுவர்களால், பள்ளி, கல்லூரி விடுதிகளில் வயது முதிர்ந்த ஆண்களால், மூத்த வயது பெண்களால் பாலியல்த் துன்புறுத்தலுக்கு ஆளாகின்றனர்.

பெரும்பாலும் 80% இந்த பாலியல் குற்றங்கள், வெளி நபர்களால் நடத்தப்படுவது இல்லை. குழந்தைகளுடைய நெருங்கிய உறவினர்களால், பெற்றோர்களின் நட்பு வட்டத்தில் உள்ள நபர்களால், அருகாமையில் உள்ள வீட்டுக்காரர்களால்தான் அதிகம் நிகழ்த்தப்படுகிறது. இது அந்தக் குழந்தைக்கு எவ்வளவு பெரிய அதிர்ச்சியையும் வலியையும் ஏற்படுத்தும் என்பதை நாம் உணர வேண்டும்.

தன்னுடைய பாலியல் இச்சைக்குக் குழந்தைகளை உட்படுத்தும் வக்கிரப் புத்தி கொண்டவர்கள், முதலில் பெற்றோர்களுடைய நம்பிக்கையைப் பெற்று குழந்தைகளுடன் அன்புடனும் பாசத்துடனும் இருப்பது போன்று இயல்பாய் பழகுவார்கள். மெல்ல மெல்ல வீட்டின் சூழ்நிலையைக் கிரகித்துக் கொண்டு, வீட்டில் குழந்தைக்கு எதெல்லாம் மறுக்கப்படுகிறதோ, அதை அன்போடு குழந்தைகளுக்குப் பரிவோடு தருபவர்களைப் போல முதலில் நடந்து கொள்வார்கள். மெல்ல மெல்ல குழந்தைகளைத்

தன் வசப்படுத்துவார்கள். பின்புதான், மெல்ல மெல்ல தன் வக்கிரப்புத்தியைக் கட்டவிழ்த்து விடத் தொடங்குவார்கள்.

குழந்தைக்கு முதலில் மிகப்பெரிய குழப்பம் வரும். மிக மிக அன்பானவர் ஏன் இப்படிச் செய்கிறார்? இதை வீட்டில் உள்ளவர்களிடம் வெளிப்படுத்தலாமா? வெளிப்படுத்தினால் நம்புவார்களா? அவர்கள் அப்படி நடந்து கொண்டிருக்கும் காரணம் தான் தான் என்று குற்றம் சாட்டப்படுவோமா? என்றெல்லாம் பயமும், குழப்பமும் அடைந்து, மெல்ல மெல்ல ஒரு மௌனத்திற்குள் ஆட்பட்டு, காலம் முழுவதும், தீராத ஒரு ரணத்தோடு வாழ்வார்கள்.

இதைச் சரி செய்ய அந்த உறவுகளைத் தேடித்தேடிச் சென்று நாம் திருத்தமுடியாது. நாம் செய்ய வேண்டியது எல்லாம் குழந்தைகளின் மொழியில் வீட்டிலும் பள்ளியிலும், வெளிப்படையான மனம் திறந்த உரையாடல்கள் நிகழ்த்த வேண்டியது மட்டும் தான்.

வீடுகள் பள்ளிகள் போன்றவற்றில், பாலியல் வன்கொடுமைகளால் சில குழந்தைகள் இறந்த தகவல்கள் வெளியான பின்பு, நல்ல தொடுதல், கெட்ட தொடுதல் என்பதைச் சொல்லிக் கொடுக்க ஆரம்பித்திருக்கிறோம். ஆனால் ஒரு குழந்தைக்குத் தன் உடலைப் பற்றியும், உடல் உறுப்புகளைப் பற்றியும், அதன் செயல்பாடுகளைப் பற்றியும் வெளிப்படையாக சொல்லிக் கொடுத்திருக்கிறோமா?

குழந்தைகளுக்கு உடல் உறுப்பை பற்றிச் சொல்லிக் கொடுக்கும் பொழுது, பாலுறுப்பைப்பற்றி மட்டும் எதுவும் சொல்வதில்லை. பாலுறுப்புகளைப்பற்றி வெளியில் சொல்ல முடியாத கெட்ட வார்த்தைகளோ, அல்லது ஒரு செல்லப் பெயர் வைத்தோ சொல்லிவிடுகிறோம். முதலில் அதை உடைத்து அனைத்து உறுப்புகளைப் போல, பாலுறுப்பைப் பற்றியும் குழந்தைகளுக்குச் சொல்லித் தர வேண்டும்.

குழந்தை ஆடையின்றி விளையாடும் போது கேலி செய்யாமல், உள்ளாடை அணிவதன் காரணத்தைத் தெளிவாக விளக்க வேண்டும். நாம் தயக்கமும் கூச்சமும் இன்றி அவர்களிடம் பேசினால்தான், பின் வரும் நாட்களில் குழந்தைகள் தங்களுடைய சந்தேகங்களை வெளிப்படையாகப் பெற்றோர்களிடம் கேட்டுப் போக்கிக் கொள்வார்கள்.

அப்படி நாம் அந்த சந்தேகங்களைப் போக்க தவறினால், தகவல்களைத் தெரிந்து கொள்ள அவர்களுக்கு கையடக்க வில்லன் ஒருவன் இருக்கிறான். அவர்களுக்குத் தேவையோ இல்லையோ அனைத்தையும் வெளிப்படையாகத் தெரிந்து கொள்ள இணையம் இன்று அவர்களுக்கு கடலளவு விவரங்களைக் கொட்டி வைத்திருக்கிறது.அதில் தெரிந்து கொண்டு அதைச் செயல்படுத்த விளைந்தால் அவர்களின் வாழ்க்கை அவ்வளவுதான்....

கண்ணியமாக ஏன் நாமே குழந்தைகளுக்குச் சொல்லித் தரக்கூடாது? வெளிப்படையாக பேசும்பொழுதுதான் குழந்தைகளுக்குப் பால் உறுப்புகளைப் பற்றி, பாலுணர்வு பற்றி சரியாக அறிந்து கொள்ள முடியும்.

இன்றைய காலகட்டத்தில் நம் குழந்தைகளுக்கு நல்ல தொடுதல், கெட்ட தொடுதல் என்பதை ஓரளவு சொல்லிக் கொடுக்கிறோம். மகிழ்ச்சியான ஒன்று தான்.

இன்னும் சில விஷயங்களை நம் குழந்தைகளுக்கு வெளிப்படையாக நாம் சொல்லித் தர வேண்டியது மிக அவசியம்.

★ குழந்தைகளின் அந்தரங்க உறுப்புகளை யாராவது ஒருவர் தொடுவது, அல்லது பிடிப்பது தவறு.

★ பாலியல் துஷ்பிரயோகம் செய்பவர் தன் அந்தரங்க உறுப்புகளை குழந்தைகளிடம் காட்டுவதும் தவறு.

★ வலுக்கட்டாயமாக யாரும் குழந்தைகளை முத்தமிடுவது கூடாது.

★ குழந்தையை நிர்வாணமாகப் புகைப்படம் எடுப்பது மிகத்தவறான ஒன்று.

★ கைபேசிகளில் பாலியல் வீடியோக்களைக்காட்டி, கிளர்ச்சி அடைய செய்வது.

★ பாலியல் செயல்களைப் பார்க்க குழந்தைகளை ஊக்குவிப்பது தவறு..

என்பன போன்ற விஷயங்களை தெளிவாகக் குழந்தைகளுக்குச் சொல்லிக் கொடுத்து, இதுபோன்ற விஷயங்களை யாராவது உங்களிடம் முயற்சிக்கிறார்களா? என்பதைக் கேட்டு அறிய வேண்டும்.

பயத்தினால் அதுவரை நடந்த விசயங்களை, வெளிப்படுத்தாத குழந்தைகள் நாம் வெளிப்படையாக உரையாடும் போது, தங்களுக்கு நடந்ததை வெளிப்படுத்துவார்கள்.

அப்படி ஏதேனும் ஒன்று அவர்களுக்கு நடந்திருந்தால், அதை மிகப் பெரிய பிரச்சனை போல் குழந்தைகள் முன்பு காட்டிக் கொள்ளக் கூடாது. அப்படி நாம் செய்தால் அவர்கள் குற்ற உணர்வுக்கு ஆளாகும் நிலை ஏற்படலாம். அதை விடுத்து இது போன்ற விஷயங்களை நாங்களும் சிறு வயதில் கடந்து

வந்திருக்கிறோம் என்று கூறும்பொழுது, அவர்களின் குற்ற உணர்வு குறைந்து, பெற்றோர்களின் மீது நம்பிக்கை வைத்து, தங்களுக்கு நேர்ந்ததை வெளிப்படையாக நம்மிடம்   பகிர்வார்கள்.

Good touch, bad touch என்பதோடு *don't touch* என்பதையும் சொல்லிக் கொடுக்க வேண்டும். யாராவது ஒருவர் குழந்தையை அத்துமீறி தொட முயன்றால், தொடாதே என்பதை பலமாகக் கத்த வலியுறுத்த வேண்டும்.. *(shout)*. பிறகு பயந்து அங்கேயே நின்று விடாமல், வெகு வேகமாக அந்த இடத்தை விட்டு ஓடிவிட வேண்டும். *(Run)*

நடந்ததைப் பெற்றோர்களிடமோ பாதுகாவலர்களிடமோ உடனடியாகச் சொல்ல வேண்டும். *(Tell)*

இந்த மூன்று விதிமுறைகளையும், அவர்களுக்குப் பாலியல் ரீதியான துன்புறுத்தல்கள் நிகழும் போது,   கடைபிடிக்கக் குழந்தைகளுக்குச் சொல்லித் தர வேண்டும்.

எல்லாவற்றையும் நண்பர்களைப் போல, நாம் குழந்தைகளிடம் பகிர்ந்து கொண்டால், அவர்களும் தங்களுடைய வாழ்வில் நடக்கும் ஒவ்வொன்றையும் பெற்றோர்களிடம் வெளிப்படையாகப் பகிர்ந்து கொள்வார்கள். இல்லையென்றால் இது போன்ற பாலியல் அத்துமீறல்களை வெளியே சொல்லாமல் காலம் முழுக்க ஆறாத வடுவோடு வாழ்வார்கள். இதனால் பிற்காலத்தில் அவர்களுடைய

இல்லற வாழ்வும் கூட பாதிக்கப்படும் என்பதை நாம் நினைவில் கொள்ள வேண்டும்.

வளரிளம் பருவக் குழந்தைகளுக்குப் பாலியல் கல்வி அவசியம் தேவை என்று ஒரு சாராரும், பாலியல் கல்வியால் அவர்கள் கெட்டு விடுவார்கள் என்று ஒரு சாராரும் விவாதிக்கிறார்கள். ஆனால் உலகச் சுகாதார நிறுவனம் உலகில் பலநாடுகளில் இதை ஆய்வு செய்து, பள்ளிப் பிள்ளைகளுக்குப் பாலியல் கல்வி அளித்தால், அவர்கள் எச்சரிக்கையுடன், பாலியல் விஷயங்களில் இருப்பார்கள் என்பதை அறிவித்திருக்கிறது. இதன் மூலம் இள வயதிலேயே உடலுறவு கொள்வதை, இளம் வயது கர்ப்பங்களை, பாலியல் உறவு மூலம் பரவும் வியாதிகள் போன்றவற்றை பின் நாட்களில் கட்டுப்படுத்த முடியும் என்று இந்த ஆய்வு தெரிவிக்கிறது.

பாலியல் கல்வியை முறையாக சொல்லிக் கொடுக்கும் பொழுது, பின்னாட்களில் நம் குழந்தைகள் ஒரு மகிழ்ச்சிகரமான வாழ்க்கை வாழ ஏதுவாக இருக்கும். எனவே பெற்றோர்கள் மற்றும் ஆசிரியர்களாகிய நாம் நமது மனத் தடைகளை, மௌனத்தை உடைத்து, குழந்தைகளுக்குப் பாலியல் அறிவை சொல்லிக் கொடுக்க வேண்டும்..

மௌனங்களை உடைப்போமா நட்புகளே?

5

அழகாய் பூக்குதே.. சுகமாய் தாக்குதே..

'ஒன்னாவதிலிருந்து அஞ்சாவது வரைக்கும் ஒரு பொண்ண ரொம்ப சின்சியரா லவ் பண்ணினேன் மிஸ்.. ஆறாவது படிக்கும் போது தான் தெரிஞ்சது அந்தப் பொண்ணு எனக்கு பெரியப்பா பொண்ணு ஆகனும்னு. அதுக்குப் பிறகு வெறுத்துப் போய் இப்பெல்லாம் லவ்வே பண்றது இல்லைங்க' இப்படிச் சொன்னது 13 வயதில் இருக்கும் ஒரு சிறுவன்.

நான்காவது படிக்கின்ற ஒரு பெண்ணுக்கு, அஞ்சாவது படிக்கிற பையன் தன்னுடைய காதலைப் போய் சொல்கிறான்.

எட்டாம் வகுப்பு படிக்கிற பையனுக்கு, ஆறாம் வகுப்பு படிக்கிற பிள்ளை மேல் காதல்..

இப்படியான செய்திகளைக் கேட்டால் உங்களுக்கு என்ன தோணும்...

மொளச்சு மூணு இலை விடல அதுக்குள்ள காதலா?

ரொம்ப ரொம்பச் சேட்டை. இப்பவே இப்படின்னா... இவங்க எல்லாம் பெரியவங்க ஆகி என்னப் பண்ண போறாங்களோ?.

இப்படித்தான் நம்மில் பெரும்பாலானோர் அந்தக் குழந்தைகளைத் நிராகரிக்கிறோம். முன்பெல்லாம் 15 அல்லது 17 வயதில் வந்த காதல், தற்போது எல்லாம் 10 வயதில் ஆரம்பித்து விடுகிறது. இதற்குக் காரணம் குழந்தைகள் மட்டும் தானா? நம் மனதைத் தொட்டு இதற்கு பதில் சொல்வோம்.

பள்ளிக்கூடத்தில் படிக்கின்ற பையனும் பெண்ணும் காதல் செய்து வீட்டை விட்டு ஓடிப் போகின்ற திரைப்படக் காட்சிகளும், இந்த வயதில் பாய் பிரண்ட் அல்லது கேர்ள் பிரண்ட் இருந்தால் தான் கெத்து என்று சொல்லுகின்ற சோசியல் மீடியாக்களும், வியாபார நோக்கத்திற்காகக் குழந்தைகளின் உணர்ச்சிகளை வெகுவாகத் தூண்டி விடுகிறார்கள். அதுபோன்ற சினிமாக்களை

நாமும் எந்தவித எதிர்ப்பும் தெரிவிக்காமல், சினிமாதானே என்று மெளனமாய் கடந்து விடுகிறோம். ஆனால் பிள்ளைகள் காதலிக்கிறார்கள் என்று தெரியும்போது அவர்களை அடித்து அல்லது திட்டித் துன்புறுத்துகிறோம். இது சரியான அணுகுமுறையா? என்று நாம் யோசிக்க வேண்டியது அவசியம்.

பள்ளிப் பருவத்தில் வரும் காதல், எதனால் வருகிறது என்பதை அறிந்து கொள்வதற்காக அந்த வயதில் உள்ள பல்வேறு குழந்தைகளிடம் பேசிய போது...

★★ தனக்கென்று ஒரு காதலி இருப்பது நண்பர்கள் மத்தியில் ஒரு கெத்து...

★★ தான் காதலிக்கும் பெண் தங்கள் நட்பு வட்டத்தை கடந்துச் செல்லும் பொழுது, தன்னுடையப் பெயரை நண்பர்கள் உச்சரிப்பது ஒரு வித மகிழ்ச்சியைத் தருகிறது.

★★ தன்னிடம் பேசாவிட்டாலும் ஒரு சின்னப் புன்முறுவல் போதும்..

★★ தான் வளர்ந்து விட்டேன் என்பதை உணர முடிகிறது.

★★ சின்னச் சின்னப் பொருட்கள் பரிசாகத் தரும்போது, ஒரு வித மகிழ்ச்சி மனதில் பரவுகிறது.

★★ பேச முடியாவிட்டாலும் தூரத்திலிருந்து பார்ப்பது, ஒரு மகிழ்வைத் தருகிறது..

இந்த கருத்துக்களைத் தான் பெரும்பாலும் அந்தக்குழந்தைகள் சொன்னார்கள்.

மொத்தத்தில் இந்த வயதில் வருவதைக் காதல் என்று சொல்வதை விட, இனக் கவர்ச்சி என்று சொல்லலாம். பெரும்பாலும் எந்தத் தொலைநோக்கு சிந்தனையும் இல்லாத ஒரு கள்ளம் கபடம் இல்லாத அன்பு மட்டும் தான் பெரும்பாலும் இருக்கும். இந்தப் பெண்ணை அல்லது பையனைத் தான் திருமணம் செய்துக் கொள்ளப் போகிறோம் என்ற எதிர்காலச் சிந்தனைகள் ஏதுமின்றி, அப்போதைய தினத்தில் சிறு சிறு மகிழ்ச்சியைக் காணும் ஒரு வயது. பெரும்பாலும் அவர்களுக்கு இந்த வயதில் காதல் என்ற உணர்வில் காமம் கலந்திருப்பது இல்லை. எனவே இந்த காதலைப் பற்றி அதிகம் பயப்படத் தேவையில்லை.

அப்படி என்றால் அவர்கள் காதலிக்கட்டும் என்று கண்டுகொள்ளாமல் விட்டு விடலாமா? என்ற கேள்வி நமக்கு வரும்.

கண்டிப்பாக இந்த உணர்வுகள் அவர்களின் படிப்பைப் பாதித்து விடக்கூடாது. மேலும் அவர்களுக்குள் ஒரு கோஷ்டி மோதலையும் உருவாக்கி விடக்கூடாது.

திட்டியோ அடித்தோ அவர்களை நாம் மாற்றுவது கடினம்.. பிறகு என்ன என்ன செய்வது?

பெற்றோர்கள் தம் குழந்தைகளுடன் மனம் திறந்த உரையாடுவதுதான் சிறந்த தீர்வு. நம் மனதைத்தொட்டுச் சொன்னால், நாமும் இந்த சிறுவயது இனக் கவர்ச்சியை கடந்துதான் இருப்போம். அதில் மாட்டிக்கொண்டு நம் வாழ்வை தொலைத்திருக்கிறோமா என்ன? இல்லை தானே...

நம் கடந்த கால அனுபவங்களை அவர்களிடம் பகிர்ந்து, கடந்த கால அனுபவங்களில் இருந்து, நம் பிள்ளைகளின் புதிய அனுபவத்தை அன்புடன் வழிநடத்தலாம். நம்முடைய வெளிப்படையான உரையாடல்கள் இந்தப் புதிய உணர்வுகளைச் சமாளிக்கக் குழந்தைகளுக்குக் கற்றுக் கொடுக்கும்.

பதின்பருவ வயதில் உள்ள ஒரு பெண் குழந்தை தன் தாயிடம், தன் வகுப்பில் படிக்கும் தன் நண்பன் ஒருவனை நான் காதலிக்கிறேன் என்று நினைக்கிறேன் என்று பகிர்ந்து கொண்டாள். அந்தத் தாய்க்கு முதலில் சிறிது அதிர்ச்சி வந்தாலும், மெல்ல தன் குழந்தையுடன் உரையாடி, அவளுக்கு வந்திருப்பது காதல் அல்ல. அந்த நண்பனின் மீது அதீத அன்பு. அதிகப்படியாக சினிமாக்களைப் பார்ப்பதன் விளைவாக அதைக் காதல் என்று நீ நினைத்துக்

கொள்கிறாய். எதனால் அந்தப் பையனை உனக்கு மிகவும் பிடிக்கும் என்று கேட்டார்.

குழந்தைக் காரணங்களைச் சொன்னவுடன், மற்றவர்களைக் காட்டிலும் அவனின் மேல் சிறிது உனக்கு அன்பு அதிகம். உனக்கு மட்டுமே நண்பனாக இருக்க வேண்டும் என்ற பற்று அதிகமாக உனக்குள் இருக்கிறது. அதைக் காதல் என்று எடுத்துக் கொண்டாய். இந்தக் காதல் என்பதை மறந்து விட்டு மிக இயல்பாக அவனுடன் நட்பில் இரு. இந்த எண்ணம், ஒரு முதிர்ச்சி வரும்பொழுது உன்னிடம் இருந்து விலகி விடும். அதையும் மீறி இந்த அன்பு உனக்குத் தொடர்ந்தால், உரிய வயது வரும்போது இதைப் பற்றி பேசலாம் என்று அந்த குழந்தையிடம் அன்பான வார்த்தைகளில் சொன்னார். மகளும் தாயின் வார்த்தைக்கு மதிப்பு கொடுத்து, படிப்பில் எந்தவிதக் கவனச்சிதறலும் இன்றி, இயல்பாய் அந்த உணர்வைக் கடந்தாள்.

இந்த நிகழ்வில் நாம் கவனிக்க வேண்டிய அம்சங்கள் நிறைய இருக்கிறது.

ஒளிவு மறைவின்றி அம்மாவுடன் தன் எண்ணங்களைப் பகிர்ந்து கொள்ளலாம் என்ற அதீத நம்பிக்கையை அந்தத் தாய் அந்தக் குழந்தையிடம் பெற்றிருக்கிறார்.

இந்த நம்பிக்கையை ஒரே நாளில் அவரால் கட்டமைத்து விட முடிந்திருக்குமா?. இல்லை. தன் மகளிடம் சிறு வயதிலிருந்தே நட்பைப் போல, அனைத்தையும் பகிர்ந்து கொள்ளும், சூழலை ஏற்படுத்திக் கொடுத்திருப்பார்.

அந்தக் குழந்தை தவறு செய்திருந்தால் கூட தண்டிக்காமல், கோபப்படாமல், அவளுக்குப் புரியக்கூடிய வகையில் பேசி மீண்டும் அந்தத் தவறு நிகழாத வண்ணம் அந்தக் குழந்தையின் மனதை மாற்றி இருப்பார். அதுபோன்ற நிகழ்வுகள்தான் குழந்தைக்கும் தாயுக்குமான நெருக்கத்தை ஏற்படுத்தியிருக்கும்.

மிக அழகாக அந்தக் குழந்தையை அவளுக்குப் பிடித்த விஷயத்தில் மடைமாற்றம் செய்திருக்கிறார்.

நாம் நம் குழந்தைகளிடம், ஒளிவு மறைவின்றி அனைத்தையும் நம்மிடம் பகிர்ந்து கொள்ளும் சூழலை ஏற்படுத்தித் தந்திருக்கிறோமா? நம் வாழ்வில் நடந்த அனுபவங்களைச் சொல்லி, அவர்களை வழிநடத்துகிறோமா? என்பதை நமக்குள் கேட்டுக் கொள்ள வேண்டுகிறேன்.

'நாங்கள் உன்னுடைய பெற்றோர்கள். நாங்கள் சொல்வதைத்தான் நீ செய்ய வேண்டும்' என்ற அதிகாரத் தோரணையில் இருந்து, இறங்கி வந்து, இது உன்னுடைய வாழ்க்கை அதை எப்படி வாழ வேண்டும்? என்ற முழுச் சுதந்திரமும் உனக்கு உண்டு. ஆனால் நீ தவறும் வேளையில், அதைப் பெற்றோராகச் சரி செய்ய வேண்டிய பொறுப்பு எங்களுக்கு இருக்கிறது என்பதை அவர்களுக்கு உணர்த்த வேண்டும்.

இதற்கெல்லாம் வீடுகளில் மௌனங்கள் உடைக்கப்பட்டு மனம் திறந்த உரையாடல்கள் நடத்தப்பட வேண்டும்.

மௌனங்களை உடைத்து, உரையாடல்களை தொடங்குவோமா தோழமைகளே?

6

விரயமாகும் காலங்கள்

குழந்தைகள் அழகிய ஆடைகளோடு, வண்ண வண்ண பட்டாம்பூச்சிகளாய் அங்கும் இங்கும் ஓடி விளையாடிக் கொண்டிருக்க, பெரியவர்களோ தங்கள் உறவினர்களுடன் ஒரு சிறு குழுக்களாய் ஆங்காங்கே அமர்ந்து, உரையாடிக் கொண்டிருக்கும் காட்சியை அனைத்து விசேஷ வீடுகளிலும் நாம் சிறிது காலம் முன்பு வரைக் கண்டிருக்க முடியும்.

ஆனால் தற்போது, அழகழகாய் ஆடை அணிந்த குழந்தைகள், ஆங்காங்கே ஒரு அலைபேசியை வைத்துக்கொண்டு அதில் மூழ்கிக் கிடப்பதை நாம் பெரும்பாலும் காண முடிகிறது. பேருந்துக்குக் காத்திருக்கும் நேரத்திலோ, பயணங்களின் போதோ, வீட்டில் தனியாக இருக்கும் போதோ அலைபேசியை வைத்துக்கொண்டு, எல்லா நேரமும் இணையதள வீடியோ கேம்களில், சமூக வலைதள பக்கங்களில் தன்னைத் தொலைத்துக் கொண்டிருக்கிறார்கள்.

இணையம் இன்றையக் குழந்தைகளின் வாழ்க்கையில் ஒரு பகுதியாகவே மாறிவிட்டது. இணைய தள அடிமையாவதும் ஒருவகை போதை தான். அதிகப்படியான இணையப் பயன்பாடு குழந்தைகளின் கல்வியிலும் தொழில்முறை செயல்திறனிலும் பாதகமான விளைவுகளை ஏற்படுத்தும் என்று நிபுணர்கள் எச்சரிக்கின்றனர்.

தொலைத்தொடர்பு ஒழுங்குமுறை ஆணையம் 2020 ஆம் ஆண்டிற்குப் பிறகு இணைய பயனாளர்களின் எண்ணிக்கை அதிகரித்து இருப்பதாகத் தகவல் தெரிவிக்கிறது.. அதிலும் இந்தியாவில் இணைய பயனாளிகளில் கிட்டத்தட்ட 15 சதவீதத்தினர் 5 முதல் 11 வயதுக்குட்பட்ட குழந்தைகள். உலக அளவில் இணையத்தைப் பயன்படுத்துபவர்கள் மூன்றில் ஒரு பங்கினர் குழந்தைகள் என்பது மிகவும் அதிர்ச்சியான ஒன்று தான்.

இந்த இணைய அடிமைத்தன பிரச்சனையின் ஆரம்ப புள்ளி எது? என்று நாம் யோசித்துப் பார்ப்போம். சில காலங்களுக்கு முன்பு வரை குழந்தைகளுக்கு உணவு ஊட்டும் போது கதை சொல்லியோ, பாட்டுப் பாடியோ, விளையாட்டுக் காட்டியோ உணவு ஊட்டிக் கொண்டிருந்தோம். ஆனால் தற்போதோ அலைபேசியைக் கையில் கொடுத்து, அதில் அவர்களை மயங்கச் செய்து, எந்த ருசியும் அறியாத இயந்திரத்தைப்போல வாயைத் திறக்க வைத்து, உணவை அவர்களுக்குள் திணித்து விடுகிறோம். மேலும் சிறு குழந்தைகளை அமைதிப்படுத்தவும் அவர்களது தொந்தரவு இல்லாமல் இருக்கவும் அலைபேசியைக் கையில் கொடுத்து, இந்த இணையதளப் போதையை குழந்தைகளுக்குள் புகுத்தி விடுவதில் நாமும் மிக முக்கிய பங்கு வகிக்கிறோம் என்பதை மறுப்பதற்கு இல்லை.

நம் குழந்தைகள் இணையத்தை நம்மை விட மிகத் திறமையாக பயன்படுத்துவதில் ஆரம்பத்தில் நமக்கு பெருமையாகத்தான் இருக்கும். ஆனால் ஒரு விஷயம் கட்டாயம் நாம் தெரிந்து கொள்ள வேண்டும்.

குழந்தைகளுக்கு எதிரான இணையவழிக் குற்றங்கள் பல மடங்கு அதிகரித்துக் கொண்டே வருகிறது. இணையவழிக் குற்றவாளிகள், குழந்தைகளிடத்தில் பிரபலமாக இருக்கும் வலைத்தளங்களை முதலில் குறிவைத்து, குழந்தைகளின் கவனத்தை

ஈர்ப்பார்கள். மெல்ல மெல்ல அந்த வலைத்தளங்களுக்கு அவர்களை அடிமைகளாக்கி, குழந்தைகளை குற்றச் செயல்களில் ஈடுபட வைக்கிறார்கள்.

பருவ வயதில் உள்ள குழந்தைகள், முகமறியாத நபர்களுடன், நட்பில் இணைந்து உரையாடுவதன்மூலம் எண்ணற்ற தீங்கை வரவழைத்துக் கொள்கிறார்கள்.

தற்போது சமுக வலைத்தளங்களில் எல்லா விவரங்களும் கிடைப்பதால், பள்ளி/ கல்லூரி வகுப்புகளில்கூட, எதற்கு ஆசிரியர் சொல்வதைக் கேட்க வேண்டும்? இதற்கான விடையை இணையத்தில் தேடி அறிந்து கொள்ளலாம் என்ற எண்ணம் மாணவர்களின் மத்தியில் பரவலாகி இருக்கிறது.

அதிலும் குறிப்பாய் வளர் இளம் பருவத்தினர் இணையதளத்தில் இருக்கும் நேரத்தைக் கட்டுப்பாட்டில் வைக்க முடியாததால், அவர்களின் படிப்பு பாதிக்கப்படுகிறது. அவர்களின் நடத்தை பாதிக்கப்படுகிறது. அவர்களுடைய தன்னம்பிக்கை இழக்கப்படுகிறது. ஏன் சில நேரங்களில் தற்கொலை எண்ணம் கூட அவர்களுக்கு வருகிறது.

எந்த வகையான குழந்தைகள் அல்லது வளர் இளம் பருவத்தினர் இந்த இணையதளத்திற்கு அடிமை ஆகிறார்கள் என்றால்,

★ மற்றவர்களுடன் பழக முடியாமல் அதிக கூச்ச சுபாவம் உள்ளவர்கள்.

★ படிப்பில் பின்தங்கியுள்ள மாணவர்கள்.

★ வீட்டில் போதிய அன்பு கிடைக்காத குழந்தைகள்.

★ தாழ்வு மனப்பான்மை கொண்டவர்கள்.

★ சமூகத்தில் அதிகம் பழகாத குழந்தைகள்.

★ வெறும் பொழுதுபோக்கிற்குத்தானே என்று ஆரம்பித்து, இணையதளத்தில் தன்னை பலிகொடுத்து வெளியேற முடியாமல் தவிக்கும் குழந்தைகள்..

தங்களுக்குள் இருக்கும் மன அழுத்தத்தையும் கவலைகளையும் மறக்க உதவும் ஒரு மருந்தாக இணையதளம் அவர்களுக்கு மாறிவிடுகிறது. தங்களுடைய கோபம், மன அழுத்தம், கவலை, பயம் எல்லாவற்றையும் இணையதளத்தில் ரீல்ஸ்களாகவோ,

மீம்ஸ்களாகவோ பதிவு செய்ய ஆரம்பித்து விடுகிறார்கள். அதற்குக் கிடைக்கும் வரவேற்பும், லைக்குகளும் அவர்களை மீண்டும் மீண்டும் இணையதளத்திற்கு அடிமையாக்குகிறது.

மேலும் முகம் பார்த்து உரையாடத் தேவையில்லாத இந்த இணையதள உலகில் கூச்ச உணர்வின்றி குறுந்தகவல்கள் மூலம் எதை வேண்டுமானாலும் பேசிக்கொள்ளலாம் என்ற மனநிலை அவர்களுக்கு உருவாகிவிடுகிறது.

இதனால் ஏற்படும் உடல் மனநல பாதிப்புகள் ஏராளம். அவை

★ தூக்கமின்மை

★ உடற் சோர்வு

★ கண் பார்வைத் திறன் குறைபாடு.

★ முதுகு மற்றும் கழுத்து வலி.

★ ஆன்லைன் விளையாட்டு களின் மூலம் போதிய உடற்பயிற்சி இல்லாததால், உடல் எடை அதிகரிப்பு..

★ பதற்ற உணர்வு

★ தன்னம்பிக்கை இழத்தல்,குற்ற உணர்வு கொள்ளுதல், மன அழுத்த நோய்

★ தற்கொலை எண்ணம்

★ இணையம் கிடைக்காவிட்டால் எரிச்சல்..நோமோ ஃபோபியா போன்ற பதற்ற உணர்வு.. அனைத்தையும் பறிகொடுத்து விட்ட ஒரு உணர்வு..

இப்படி பற்பல உடல் நல பாதிப்புகள் அவர்களுக்கு ஏற்படுகிறது.

அதனால் இணையமே குழந்தைகள் பயன்படுத்த வேண்டாம் என்று சொல்லவில்லை.. அதன் பயன்பாட்டை மிதமாகவும் கட்டுப்பாட்டுடனும் வைத்திருக்க நாம் என்ன செய்ய வேண்டும் என்பதை யோசிக்க வேண்டுகிறேன்.

★ குழந்தைகள் இணையத்தை பயன்படுத்துவதைக் கட்டுப்படுத்த பல மென்பொருள் கருவிகள் உள்ளன. அவற்றை நம் கணினியிலோ அலைபேசியிலோ பதிவேற்றி விட்டால், குறிப்பிட்ட ஆபாச விளையாட்டு வலைத்தளங்களைக் குழந்தைகள் பயன்படுத்த முடியாது. ஒருவேளை அந்த வலைத்தளத்தை குழந்தைகள் அணுகினால் பெற்றோர்களின் மின்னஞ்சலுக்கு தகவல்கள் வரும்.

★ குழந்தைகளிடம் அதிக நேரத்தை நாம் செலவிட வேண்டும். இந்த இணையத்தால் என்ன விதமான பாதிப்புகள் அவர்களுக்கு ஏற்படும் என்பதை வெளிப்படையாகச் சொல்ல வேண்டும். விளையாடுவது, விளையாட்டுகளில்

பங்கேற்பது போன்றவற்றில் குழந்தைகளை ஈடுபடச் செய்தல் வேண்டும்.

★ அதேபோல அலைபேசி, இணையம் போன்றவற்றைப் பயன்படுத்தும் வயதை முடிந்தவரை காலம் தாழ்த்துவது நல்லது.

★ அப்படியே குழந்தைகள் இணையத்தைப் பயன்படுத்தினாலும் பெற்றோர்களுடைய கண்காணிப்பில் குறைந்த நேரம் மட்டுமே பயன்படுத்த அனுமதிக்கலாம். காலவரையறை வைத்துக் கொள்வது நல்லது.

★ கணினியைப் பயன்படுத்துவதாக இருந்தால் அனைவரும் பார்க்கக்கூடிய இடத்தில் கணினியை வைத்துப் பயன்படுத்த வேண்டும் என்று அறிவுறுத்த வேண்டும்.

★ அவற்றையெல்லாம் விட குழந்தைகளிடம் அதிக நேரம் செலவழிப்பதும் அவர்களிடம் மனம் திறந்து உரையாடுவதும், நிச்சயம் அவர்களை இணையத்திற்கு அடிமையாகாமல் தடுக்க உதவும். மேலும் குழந்தைகள் நாம் சொல்லிக் கொடுப்பதைக் கற்றுக் கொள்வதைவிட, நாம் வாழ்ந்து காட்டுவதைப் பார்த்து தான் கற்றுக் கொள்கிறார்கள். நாமும் நம் பெரும்பான்மையான நேரங்களை இணையத்தில் செலவிடுவதைத் தவிர்த்து, நம் குழந்தைகளுடன் அதிக நேரம் செலவழிக்க வேண்டும்.

★ குழந்தைகளைக் குற்றவாளிகளாக ஒரு விரல் நீட்டும் பொழுது மூன்று விரல் நம்மைச் சுட்டியே நீள்கிறது என்பதை நாம் உணர்ந்து கொள்ள வேண்டும்.

★ குழந்தைகளுக்குச் சொல்லிக் கொடுப்பதை விட வாழ்ந்து காட்டுவோம்.

<h1 style="text-align:center">7</h1>

நன்றியறிதல் சொல்லிக் கொடுப்போம்

"**கா**லையில நாலு மணிக்கு எந்திரிச்சு, வேலையை ஆரம்பிச்சு பொண்ணுக்கு ஒரு டிபன்; பையனுக்கு ஒரு டிபன்; மதியம் அதே போல விதவிதமா செஞ்சு கொடுத்து அவங்க தான் உலகம் அப்படின்னு வாழ்கிறேன். ஒரு வார்த்தை அம்மா எங்களுக்காக இவ்வளவு வேலை செய்கிறாயே... தேங்க்யூ அம்மா.. லவ் யூ அம்மா.. என்ற வார்த்தை ஒரு நாளாவது வருதா? ஏதாவது ஒரு நாள் சமையல் சரியாக இல்லாவிட்டால் எத்தனை கத்து கத்திட்டு போறாங்க?" இப்படி அம்மாக்களின் புலம்பல்..

"ஏதாச்சு வேணும்னா மட்டும் பக்கத்துல வந்து நைசா உட்கார்ந்து, பேசி அவங்க காரியம் சாதிச்சுக்கிறாங்க. மத்த நேரத்துல ஒரு வார்த்தை அப்பா எங்களுக்காக தானே இவ்வளவு கஷ்டப்படுறீங்க தேங்க்ஸ் பா.அப்படின்னு ஒரு நாள் சொல்லி இருக்காங்களா?" என்று அப்பாக்களின் புலம்பல்.

நம்முடைய உழைப்பிற்கான, நம்முடைய செயல்களுக்கான அங்கீகாரத்தை நம் குழந்தைகளின் செயல்களில் இருந்து, சொற்களில் இருந்து நன்றியை எதிர்பார்க்கிறோம்.அதுதானே உண்மை.

ஒரே ஒரு கேள்வி மட்டும் நம்மை நாமே கேட்டுக் கொள்ள வேண்டும். நம் குழந்தைகளுக்கு நாம் நன்றி உணர்வைக் கற்றுக் கொடுத்திருக்கிறோமா?

நான் பட்ட கஷ்டம் என் பிள்ளைப்படக்கூடாது என்று தங்கத்தட்டில் தாங்குகின்ற பெற்றோர்களும் சரி, தங்களுக்கு உடம்பு சரியில்லாத நேரத்தில்கூட குழந்தைகளுக்கு மாங்கு மாங்கு என்று வேலை செய்யும் பெற்றோர்களும் சரி... தங்களுடைய கஷ்டங்களைப்பற்றி அவர்களிடம் பகிர்ந்து இருக்கிறோமா?. எதற்காக நான் கஷ்டப்படுவதை என் பிள்ளையிடம் சொல்ல வேண்டும் இது என்னுடைய கடமை தானே என்று பெரும்பாலும்

நினைக்கிறோம். இப்படி நாமே நினைக்கின்ற பட்சத்தில் அவர்களும் இது பெற்றோர்களுடைய கடமைதானே என்று சுலபமாகப் பெற்றோர்களின் செயல்களைக் கடந்து விடுவார்கள். அதன் வீரியம் அவர்களுக்குப் புரியாது.

குழந்தை பிறந்ததும் நாம் தான் நடக்கப் பழக்குகிறோம். சாப்பிட, நீர் அருந்த, படிக்க, எழுத என்று எல்லாம் கற்றுத் தருகின்ற நாம், பொன்னான வார்த்தைகளை வாழ்க்கையில் பயன்படுத்த அதாவது நன்றி, மன்னிப்பு போன்ற வார்த்தைகளை நம் வீடுகளில் உபயோகிக்கக் கற்றுக் கொடுக்கிறோமா?

என் வீட்டில் நான் வெளியே செல்லும்பொழுது குழந்தைகளையும் உடன் அழைத்துச் செல்வது வழக்கம். அப்படி அழைத்துச் செல்லும் பொழுது காய்கறி கடைகள், துணிக்கடைகள், மருந்து கடைகள் இப்படி எல்லா இடங்களிலும், தேங்க்யூ என்ற வார்த்தையை பயன்படுத்துவேன். அதை என் பிள்ளைகள் கவனித்திருக்கிறார்கள்.

ஒருமுறை அவசர வேலையாக இருக்கும் பொழுது என் மகனிடம் ஒரு உதவி கேட்டேன். அவனும் உடனே வந்து எனக்கு உதவி செய்தான். ஆனால் அவனுக்கு நான் நன்றி சொல்ல மறந்து விட்டேன்.

உடனே அவன் என்னிடம் "உதவி செய்தால் தேங்க்யூ அப்படின்னு சொல்லனும்னு நீங்க தானே சொல்லி இருக்கீங்க. நான் உங்களுக்கு ஹெல்ப் பண்ணி இருக்கேன் தானே..எனக்கு ஏன் தேங்க்யூ சொல்லல?" என்று கேட்டான்.. உடனே என் தவறை உணர்ந்து,

"சாரி கண்ணா..அம்மா அவசரமா வேலை செய்து கொண்டு இருந்ததால், சொல்ல மறந்து விட்டேன்.இருந்தாலும் அது தவறு தான். சாரி.தேங்க்யூ கண்ணா.." என்று சொன்னவுடன் அவனது முகத்தில் ஒரு மகிழ்ச்சி..

பெரும்பாலும் நாம் நம் வீடுகளில் நம் குழந்தை தானே, நம் கணவர் தானே,நம் மனைவி தானே என்று பெரும்பாலும் அவர்களிடம் நன்றி,மன்னிப்பு போன்ற வார்த்தைகளைப் பயன்படுத்துவதில்லை. அதைப் பார்த்து வளரும் குழந்தை வீடுகளில் மட்டுமல்லாது, சமூகத்திலும் பெரும்பாலும் இந்த வார்த்தைகளைப் பயன்படுத்துவதில்லை.

குழந்தை நமக்கு ஏதாவது உதவி செய்யும்பொழுது, அவர்களுக்கு நாம் நன்றி சொல்ல வேண்டும்.நாம் தவறு செய்து விட்டால் அவர்களிடம் மன்னிப்பும் கேடக வேண்டும். அது அவர்களது மனதில் ஆழப் பதிந்து விடும். உதவி செய்தால் நன்றியும், தவறு செய்தால் மன்னிப்பும் கேட்க வேண்டும் என்ற எண்ணம் அவர்களுக்கு இயல்பாகவே பழக்கத்தில் வந்து விடும்.ஏனென்றால்

குழந்தைகளுக்கு முதல் ஆசான்கள் நாம் தான். நம்மிடமிருந்து கற்றுக் கொள்கின்ற பாடங்கள் தான், நாம் வாழ்ந்து காட்டும் வழிமுறைகள் தான் வாழ்க்கை முழுவதுமே அவர்களை வழிநடத்தும். நாம் சொல்லிக் கொடுக்காமல் செயல்கள் மூலம் அவர்களுக்கு கற்றுக் கொடுத்தால் வாழ்க்கை முழுவதுமே அவர்களுக்கு நிலைத்து நிற்கும்.

அதிலும் குறிப்பாக பதின் பருவத்தில் உள்ள குழந்தைகளிடம், இந்த வீரியமிக்க நன்றி, மன்னிப்பு போன்ற சொற்களைக் அவசியம் பயன்படுத்த வேண்டும். இந்த அணுகுமுறை நிச்சயமாக அவர்கள் நடத்தையில் மாற்றத்தைக் கொண்டு வரும்.

★ நம் வாழ்வில் நடந்த அனைத்து நல்ல விஷயங்களையும் அவர்களிடம் சொல்லி இயற்கைக்கும், பெற்றோர்களுக்கும், நம்மை சார்ந்தவர்களுக்கும் நன்றி சொல்வதை, நாம் அவர்கள் முன்பு அடிக்கடி செய்து வர வேண்டும். அதைப் பார்க்கப் பார்க்க இயல்பாகவே அவர்களுக்குள் நன்றி உணர்வு பதிய தொடங்கும்.

★ மேலும் குழந்தைகளிடம் இருக்கும் நல்ல விஷயங்கள், நல்ல செயல்கள், மற்றவர்களுக்கு அவர்கள் செய்யும் உதவிகள் இவற்றையெல்லாம் கவனித்துப் பாராட்டுங்கள். அவ்வப்போது சிறு சிறு பரிசுகளும் கொடுங்கள்.

★ ஒன்றாக உணவு உண்ணும் போதும், உறங்கச் செல்லும்போது அவர்களுடன் நடத்தும் உரையாடல்களில், குடும்பத்தில்

உள்ள ஒவ்வொருவரும் மற்றொருவருக்கு எப்படி நன்றி உணர்வை வெளிப்படுத்துவது, இந்தச் சமூகத்தில் நாம் அமைதியாக வாழ்வதற்கு இந்த இயற்கையின் பங்களிப்பு எவ்வளவு முக்கியமானது?, அதற்கு நாம் எந்த விதத்தில் நன்றி கடன் பட்டிருக்கிறோம் என்பதையெல்லாம் இலகுவான உரையாடல்கள் மூலம் அவர்களுக்கு உணர்த்தலாம்.

★ நம்முடைய வாழ்வில் நமக்கு ஒவ்வொரு கணத்திலும் உதவி செய்தவர்களை நினைவு கூர்ந்து அவர்களுக்கு எவ்வாறெல்லாம் நாம் நன்றி உணர்வை வெளிப்படுத்தினோம் என்பதைக் குழந்தைகளிடம் பகிர்ந்து கொள்ளலாம்.

★ முடிந்தால் மாதத்திற்கு ஒரு முறை ஒருவருக்கொருவர் அன்பான ஒரு கடிதம் எழுதிக் கொள்ளலாம்.

இவற்றையெல்லாம் வீடுகளில் தொடர்ந்து பெற்றோர்களும் குழந்தைகளும் பயிற்சி செய்தால், குழந்தைகள் இயல்பாகவே தன் பெற்றோர்கள், தன்னைச் சுற்றியுள்ளோர், இந்த இயற்கை அனைவருக்கும் இயல்பாகவே நன்றி உணர்வு மிக்கவராக வளர்வார்கள் என்பது நிச்சயம்.

எனவே நன்றிஅறிதல், என்ற வீரியமிக்கச் செயலை நாம் வீடுகளில் இருந்து ஆரம்பிப்போம்.

8

கற்க கசடற

பெரும்பான்மை இடங்களுக்குப் பயணிக்கும் பொழுது இப்போதெல்லாம், பதின்பருவவயதில் உள்ள பெற்றோர்களின் உரையாடல்களை மிக உன்னிப்பாகக் கவனிக்கிறேன். அதிலும் பத்தாவது மற்றும் பனிரெண்டாவது படிக்கும் குழந்தைகளின், பெற்றோர்களின் உரையாடல்கள் கவனிக்கத்தக்கதாய் இருக்கின்றன.

இந்த வருடம் பையன் பத்தாவது படிக்கிறான். அதனால் வீட்டில் கேபிள் டிவி கட் செய்து விட்டோம்.

பத்தாவதுல நல்ல மார்க் எடுக்கணும்ல.அதனால அவன விளையாடறதுக்கு கூட நான் வெளிய அனுப்புறதே இல்ல.

ஐயோ..பத்தாவது புடிக்கிறான்.. கல்யாணம் காட்சி அப்படின்னு வெளிய வந்தா அவன் படிப்பு என்னாவது?

என் பையன் பள்ளிக்கூடம் முடிச்சு வீட்டுக்கு வந்ததும், அறிவியலுக்கு ஒரு டியூஷன், கணக்குக்கு ஒரு டியூஷன். இதெல்லாம் முடிச்சுட்டு வீட்டுக்கு வந்த உடனே டைம் டேபிள் போட்டு படிக்க வைத்து விடுவேன். காலையில் எந்திரிச்சு நேரமா படிச்சா நல்ல ஞாபகத்தில் இருக்குன்னு நாலு மணிக்கே எழுப்பி விட்டுடுவேன்.

எங்கு பார்த்தாலும் பத்தாவது, 12 வது என்ற இந்தக் குரல்கள் சதா ஒலித்துக் கொண்டே இருக்கிறது. போருக்கு ஒப்பானது போலப் பிள்ளைகளைப் பத்தாவது பொதுத் தேர்வுக்கும், 12வது பொதுத்தேர்வுக்கும் பெற்றோர்கள் தயார்படுத்தும் காட்சி இருக்கிறது.

பள்ளிகளோ, பத்தாவது படிக்கும் பிள்ளைகளை விளையாட அனுமதிப்பதில்லை. இயந்திரங்களுக்கே ஓய்வு தேவைப்படும் பொழுது, உயிரும் உணர்வும் நிரம்பியுள்ள குழந்தைகளுக்கு ஓய்வு தேவைப்படாதா? விளையாட்டு என்பதும் ஒருவகை கற்றல்தானே? ஓடியாடி விளையாடும் பொழுது தான் அவனுடைய சிந்தனை திறன் ஒருமுகப்படுத்தப்பட்டு குழந்தைகள் உற்சாகமாகக்

கற்கிறார்கள் என்று ஆய்வுகள் சொல்கின்றன. ஆனால் பெரும்பான்மைப் பள்ளிகளில் விளையாட்டுப் பாடவேளைகள் ஏதாவது ஒரு ஆசிரியரால் அவருடைய பாடத்திற்குப் பயன்படுத்தப்படுகிறது.

மேலும் அந்தக் குழந்தைகளுக்குப் பள்ளியில் நடைபெறும் எந்த விழாக்களிலும் கலந்து கொள்ள அனுமதி அளிக்கப்படுவதில்லை. படிப்பில் கவனம் போய்விடுமாம். எல்லா நேரமும் படி, படி, படி; தேர்வு எழுது; என்று கடிவாளம் இட்டக் குதிரைகளாக மட்டுமே அவர்களை நடத்துகிறார்கள்.

இன்னும் சில தனியார்ப் பள்ளிகளிலோ, ஒன்பதாம் வகுப்பிலேயே பத்தாவதுப் பாடத்தை நடத்துகிறார்கள். இரண்டு வருட காலம் ஒரு பொதுத் தேர்வுக்கு தயாராகி அனைவரையுமே 450 மதிப்பெண்களுக்கு மேல பெறவைத்து, எங்கள் பள்ளி 100% தேர்ச்சி. பெரும்பான்மை மாணவர்கள் 450 மதிப்பெண்களுக்கு மேலே பெற்று இருக்கிறார்கள் என்று அவர்கள் பள்ளிக்கான விளம்பரங்களைத் தேடிக் கொள்கிறார்கள்.

ஒன்பதாம் வகுப்பில், பத்தாம் வகுப்புப் பாடத்தைப் படிப்பது என்றால், ஒன்பதாம் வகுப்புப் பாடத்தை அந்தக் குழந்தைகள் எப்போது படிப்பார்கள்? இதைப் பெற்றோராக நாம் பள்ளிகளில் எதிர்த்து கேட்டிருக்கிறோமா?

Education is the Most Powerful Weapon Which you can use to Change the World

தனியார் பள்ளிகளில் கேட்டால் பெற்றோர்கள்தான், அந்தப் பள்ளியில் ஒன்பதாம் வகுப்பிலேயே பத்தாவது பாடத்தை எடுக்கிறார்கள். நீங்கள் ஏன் எடுக்க மாட்டேன் என்கிறீர்கள்? என்று வற்புறுத்துவதாகச் சொல்கிறார்கள்.

பத்தாவது, பன்னிரண்டாவது படிக்கும் குழந்தைகளின் முகத்தைப் பார்த்தால் அத்தனை சந்தோஷத்தையும் பறி கொடுத்துவிட்டு, நடைபிணம் போல், பெரும்பாலான குழந்தைகள் இருப்பதைப் பார்க்கிறோம். அந்தக் குழந்தைகளை பார்க்கும் பொழுது மிக வருத்தமாகவே இருக்கிறது. குழந்தைகளின் இயல்பே மகிழ்வு தானே! அது மறுக்கப்பட்டக் குழந்தைகள் இவர்கள். இது எத்துணை கொடுமை.!

இதே காட்சி நாம் பத்தாவது பொதுத் தேர்வு எழுதும் போது இருந்ததா? என்று யோசித்துப் பாருங்கள். பெரும்பாலும் இல்லை என்ற பதில்தான் நம்மிடம் இருந்து வரும்.

ஏன் நம் பிள்ளைகளுக்கு மட்டும் படிப்பு விஷயத்தில் இத்தனைக் கெடுபிடி?

இந்தச் சமுதாயத்தில் கல்வி என்பது எவ்வாறு பார்க்கப்படுகிறது?

எதற்காகப் படிக்க வேண்டும்?

இந்தக் கேள்விகளுக்கெல்லாம் விடையைத் தேடினால் கிடைக்கும் பதில். கல்வி இன்று பெரும்பாலும் வெறும் முதலீடாக மட்டுமே பார்க்கப்படுகிறது என்பது ஒரு கசப்பான

உண்மை. அதனால் தான் பெற்றோர்கள் தங்கள் பிள்ளைகளைத் தங்கள் சக்திக்கு மீறி கடன் வாங்கியாவது, மிகப்பெரிய பள்ளிகளில்ப் படிக்க வைத்து விட வேண்டும் என்று நினைக்கிறார்கள்.

நான் கஷ்டப்பட்டேன். எம் பிள்ளை நல்லாப் படிச்சு, நல்ல வேலைக்குப் போயி, அவன் சுகமாய் இருக்க வேண்டும் என்று நினைப்பதில் என்ன தவறு இருக்கிறது என்று சிலப் பெற்றோர்கள் கேட்கலாம். அதில் எந்தத் தவறும் இல்லை. பொருளாதாரத்திலோ, சமூக அந்தஸ்திலோ கீழாக உள்ளவர்களை உயர்த்தும் சக்தி என்றால் அது கல்வி மட்டும்தான் என்பது நிதர்சனமான ஒன்று.

ஆனால் உண்மையிலேயே கல்வி என்பது எதற்காக? ஒரு மனிதனை மாண்புடையவனாக மாற்றுவதற்கு தானே கல்வி? ஆனால் உண்மையிலேயே இன்று இருக்கக்கூடிய கல்வி மாணாக்கனை மாண்புடையவனாக மாற்றுகிறதா? வெறும் மனனம் செய்யும் இயந்திரங்களாக, பணத்தைச் சம்பாதிக்கக் கூடிய இயந்திரங்களாக மட்டுமே மாற்றிக்கொண்டு இருக்கிறது.

அதிகமான நுகர்வோர் கலாச்சாரத்தில் ஒன்றரக் கலந்துவிட்ட நமக்கும் அதிக பொருளாதாரம் என்பது மிகத் தேவையாகவே இருக்கிறது. அதன் பயனாகத்தான் இன்று கல்வி என்பது ஒரு முதலீடாக பார்க்கப்படுகிறது. கல்வியின் மீதான அத்தனை அழுத்தங்களும் குழந்தைகளின் மீது சுமத்தப்படுகிறது. அதனால் இள வயதிலேயே குழந்தைகள் நிறைய மன அழுத்த நோய்களுக்கு

ஆளாகிறார்கள். அதைக் களைந்து நம் குழந்தைகளை மகிழ்வானவர்களாக மாற்ற வேண்டியது நம் கடமை அல்லவா?..

வீடு, பள்ளிக்கூடம், சமூகம் இந்த மூன்று அமைப்பும் குழந்தைகளைப் பொருள் ஈட்ட மட்டுமே கற்பிக்கிறது. அதற்கான நிர்ப்பந்தங்களை குழந்தைகளுக்கு ஏற்படுத்துகிறோம். கல்வியைத் தாண்டி அவர்கள் கவனம் திசை திரும்பி விடாதபடி கடிவாளங்கள் அவர்களுக்குப் போடப்படுகிறது. வெறும் ஏட்டு கல்வியை மட்டும் வாழ்க்கையின் ஒரு பகுதியை, அவர்களை கற்க செய்து விட்டு, பின் பகுதி வாழ்க்கையில் ஒரு சிறிய பிரச்சனையைக் கூடச் சமாளிக்க முடியாதபடி மாற்றுவதில் நமக்கும் பெரும் பங்கு இருக்கிறது.

'பள்ளியில் படிப்பதெல்லாம் மறந்து போன பின்னர் எது உங்களிடம் மிஞ்சி இருக்கிறதோ அதுதான் கல்வி' என்கிறார் விஞ்ஞானி ஐன்ஸ்டீன். எனவே பாடப் புத்தகங்களை தாண்டி வாழ்க்கையில் நிறைய நிறைய அனுபவங்களை நம் குழந்தைகளுக்கு உரித்தாகுவோம்.

கல்வி என்பது குழந்தைகளுக்குச் சுகமானதாகவும், அவர்கள் வாழ்க்கையில், நடத்தையில் மேன்மையடைய உதவுவதாகவும் இருக்க வேண்டும். ஆனால் கல்வியில் தரும் அழுத்தங்கள் மாணவர்களை மன அழுத்தத்தில் தள்ளி தற்கொலை வரை இழுத்துச் சென்று விடுகிறது.

அதைத் தவிர்க்க...

1) நம்முடைய அந்தஸ்தைக் காட்டுவதற்கான பள்ளியைத் தேர்ந்தெடுப்பதை விட, எந்தப் பள்ளியில் நம் குழந்தை மகிழ்வாக இருப்பான் என்பதைப் பகுத்தாய்ந்து குழந்தைகளைப் பள்ளியில் சேர்க்க வேண்டும்.

2) மதிப்பெண் மட்டுமே வாழ்க்கை அல்ல. ஒவ்வொரு குழந்தையும் தனித்துவமானவர்களே. ஒவ்வொருவருக்கும் ஒரு தனித்திறமை உண்டு. நம் குழந்தையின் திறமையை கண்டு பிடித்து அதை ஊக்கப்படுத்துங்கள். கண்டிப்பாக அவர்கள் விரும்பிய துறையில் அவர்கள் உச்சம் அடைவார்கள்.

3) காலை எழுந்தவுடன் படிப்பு : பின்பு மாலை முழுவதும் விளையாட்டு என்ற பாரதியின் கூற்றை போல, பள்ளி விட்டு வந்ததும், குழந்தைகளைச் சற்றே விளையாட அனுமதியுங்கள்.

4) நம் குழந்தைகளை மற்ற குழந்தைகளுடன் ஒப்பிட்டுப் பேசாதீர்கள்.

இப்படி இருந்தாலே கல்வியில் மாணவர்களுக்கு ஏற்படும் மன அழுத்தங்கள் குறைந்து அவர்கள் கல்வியை வெகு மகிழ்வாக எதிர்கொள்வார்கள்.

கல்வி சார்ந்த நிறைய உரையாடல்கள் இன்னும் இன்னும் நிகழ்த்தப்பட வேண்டும். கல்வியிலும் கல்வி சார்ந்த நமக்கு இருக்கக்கூடிய புரிதல்களும் மாறினால் சமூக மாற்றம் என்பது சாத்தியமே.

மாற்றத்தை ஏற்படுத்த பேசலாம் வாங்க...

www.ingramcontent.com/pod-product-compliance
Lightning Source LLC
LaVergne TN
LVHW041753190726
843493LV00008B/2597